வாழ்வின் அர்த்தம்

VALVIN ARTHAM

ஆயுசி அ

பொருளடக்கம்

முன்னுரை

இக்கதை காதலர்களை ஈர்க்கும். காதலை விரும்புவருக்கு நிச்சயம் பிடிக்கும். அழகான இக்காதல் கதையைப் படிக்க தயாராகுங்கள். இருவரின் புரிதல் நிறைந்த கதை. குடும்பத்-தால் இணைக்கப்பட்ட காதல். வாசிக்க ரெடியா..... ரீடர்ஸ்.

நன்றி

என்னோட கதையை வாங்கி படிக்கும் அனைவருக்கும் நன்றி....

முகவுரை

1

൹

வாழ்வின் அர்த்தம்

<u>முதல் பாகம் :</u>

மழை போன்ற காதல் சாரலில் நனைந்த, ஒரு மனதாகிய காதலர்கள் காதல் கதை தொடர்ந்த விதம் சொல்லும் கதை.........

"கதையோட எல்லா வார்த்தைகளும் முக்கியமானது தான். எல்-லாமே சின்ன சின்ன ஃபீலிங்ச வெளிப்படுத்தக் கூடியது. அதையெல்-லாம் மிஸ் பண்ணாம ரீட் பண்ணுங்க."

கதையின் நாயகி அநின்யா. முதல்ல கதாநாயகியின் பார்வையிலி-ருந்து கதைய பார்ப்போம்!.

அநின்யா காலேஜ் முடிச்சுருக்கா. ஒர்க்கு போறதுல்ல விருப்பம் இருந்தாலும் அவளுக்கு பிடிச்ச வேலைக்காக வெயிட் பண்ணிட்டு இருக்கா. அப்படி இருக்க டைம்ல அவ ஃப்ரெண்டுக்காக வேலைக்கு போற சுச்சுவேஷன் (சந்தர்ப்பம்) வருது.

அவளுக்காக மட்டுமே, அந்த ஃப்ரெண்ட் வேலைய கொஞ்ச நாள் இவ பாக்குற மாதிரி ஆகுது. அந்த வேலைய பத்தி சொன்னா, அது ஒரு நல்ல ஆபிஸ் வேலை; அது ஒரு நல்ல வேலையும் கூட, டென்-ஷன் இல்லாத, அதிகமா பிரஷர் இல்லாத வேலை. அந்த வேலைய தான் கொஞ்ச நாள்களா அநின்யா தான் பாத்துட்டு இருக்கா...

அநின்யா தான் அவ ஃப்ரெண்ட் வர்ற வர அந்த ஒர்க்க(வேலைய) பார்த்துக்க போரா...

அநின்யா பத்தி சொல்லணும்னா, நல்ல பொண்ணு. பார்க்க சரியான 'ஹைட் அண்ட் வெயிட்' ல, 'கொஞ்சம் கலரா', 'கொஞ்சம் அழகா',

•1•

'கொஞ்சம்' தான் ரொம்ப இல்ல.

அவளுக்கு லவ்-னா ரொம்ப பிடிக்கும். ஆன அவ லவ் பண்ணர வாயிபே கிடைச்சது இல்ல. அவ லவ் பண்ற அளவுக்கு, அவளுக்கு யாரையும் பிடித்ததும் இல்ல. அநின்யா அப்பா செல்லம். அநின்யா, அவ அப்பாவுக்கு ஒரே பொண்ணு; ரொம்ப செல்லப் பொண்ணு.

என்னதான் அவ லைஃப்ல எந்த பிரச்சினையும் இல்லாம நல்லா இருந்தாலும், அவ லைஃப்- ல இன்டர்ஸ்ட்-டா எதும் இல்ல. அவளுக்கு லவ் ரொம்ப பிடிச்சிருந்தாலும் இதுவர அவளுக்கு பிடிச்ச மாதிரி யாரை- யும் பார்த்தது இல்ல.

இவளுக்கு லவ்ன ரொம்ப பிடிக்கும்னு அவ அப்பாக்கு நல்லாவே தெரியும். இதுவர அவளுக்கு லைப் பார்ட்னர்-னு யாரும் கிடைக்கா- ததுனால; அவ அப்பா கூட, தான் பொண்ணு லவ் பண்ண போராப் பையன எதிர்பார்த்து காத்திருக்காரு.

அவங்க அம்மாவுக்கும் லவ் மேல இஷ்டம்தான். ஆனால் தெரியாத மாதிரி காட்டிக்குவாங்க. அப்பா, பொண்ணு உறவு மட்டும் தான் குளோஸ்-ச இருக்கும்; ஆன, இந்த கதையில அப்பா, அம்மா ரெண்டு பேருமே பொண்ணுக்கு சப்போர்டு தான்.

ஆனால் அம்மா இண்டேரக்ட் ஹெல்ப் பண்ணுவாங்க, அப்பா டேரைக்டா ஹெல்ப் பண்ணுவாங்க. இந்த விஷயம், அநின்யாக்கு தெரி- யாது.

அநின்யா அம்மாவும் அதை காட்டிக்க வேண்டாம்னும் அநின்யா அப்பாகிட்ட சொல்லிருக்காங்க.

இவள் செல்லமாக வளர்ந்த பொண்ணு இல்ல. அவ இஷ்டப்படி வளர்க்கப்பட்டவ, கஷ்டமா இருந்தாலும் இஷ்டப்பட்டு அனுபவிப்பாள். இஷ்டப்பட்ட தைரியமா செய்வா, பிடிக்காத விஷயத்தை பயம் கலந்த கடமையா எடுத்துபா.

அவளுடைய ஒரே ஒரு நெருக்கமான, ஸ்கூல் இருந்து அவ கூட இருக்கிற அந்த நெருக்கமான ஃப்ரெண்ட்க்காக சில மாசத்துக்கு முதல் முறையா வேலைக்கு போரா. அநின்யாக்கு ஒரு பழக்கம் இருக்கு மத்- வங்கள "வாட்ச்" பண்றது. ரொம்ப இல்ல சாதாரணமா அவங்க என்ன மாதிரி நடந்துக்றாங்க, அவங்க கேரக்டர் எப்படினு பார்பா.

அந்த (கம்பனி) இடம் முதல்ல பயத்த உருவாக்குனாலும்; போகப்- போக எல்லாரும் அவங்களுக்குள்ள பேசிகிற விதம், ஜாலியா பழகுரது,

அதெல்லாம் அவளுக்கு ரொம்ப பிடிச்சுருந்தது.

அதுல இருந்து அங்க இருக்குறவங்களையும் வேலையையும் ரொம்ப நேசிக்க ஆரமிச்சா. சின்ன ஃபேமிலி விசயமா திங்ககிழமையான இன்னைக்கி ஆபீஸ்ல இருந்து சீக்ரமா வீட்டுக்கு கிளம்புனா, அநின்யா.

கிழமை-ல இந்த கதைல முக்கியமானது. அதுனால இதுக்கு அப்புறம் அதெல்லா லைட்-டா கவனிச்சுக்கோங்க. ஆபீஸ்ல இருந்து பஸ் ஸ்டாப்க்கு வாக்கிங்ல போயிட்டு இருந்தா அநின்யா. அப்ப ஒரு பையன் அவள கடந்து போரதப் பார்த்த அவ; அந்தப் பையன் பார்க்கவே சூப்பர்-ர, பெர்பெக்ட்-டா, நல்ல பயனா இருந்தான்.

அநின்யா அவன பார்த்த அந்த நிமிடமே, "என்னோட வருங்கால லைஃப்-ல இவனோடுத வாழணும்-னு நினைக்க"; அடுத்த நொடி ஆமா, இப்ப ஏன் இப்படி நினைச்சேன்னு தெரியாம நார்மலாக (தெளிவாக) முயற்சி பண்றா.

என்னத நார்மலா இருக்க முயற்சி பண்ணாலும்; அதையும் தாண்டி அநின்யா நினைக்கிறதெல்லாம் அவன் செய்ய ஆரமிச்சான். அது என்னன்னு அநின்யா மைண்ட் வாய்ஸ்-ல இருந்து பார்க்கலாம்!..

அநின்யா மைண்ட் வாய்ஸ், " அவன் அந்த பஸ் ஸ்டாப்-ல அவனோட ஃபைக்-க ஸ்டாப் பண்ணிட்டு, நான் வர்ற வர கொஞ்ச நேரம் வெயிட் பண்ணா நல்ல இருக்கும்-லா!"

பஸ் ஸ்டாப்-கு இன்னும் ரெண்டு தெரு போகுற வழில இப்படி திங்க் பண்ணிக்கிட்டே நடந்து போயிட்டு இருக்கா, அநின்யா. அப்ப அநின்யா நெனச்சதெல்லா அவனுக்கு கேட்ட மாதிரி, அவள திரும்பி பார்துட்டு, புரியாத பார்வையால் பார்த்தபடி போனான்.

அப்போது.........

"அவன் கண்கள் புரியாத உணர்வால்

விழிக்க,

அவனைக் கண்ட அவள் மனம் மாற

துடிக்க,

அவன் புதிர் போன்ற பார்வை பார்த்து

மயக்க,

அவள் மனம் அறிந்தது போல் பார்வையால்

சொல்ல"

அவ்விடம் கடந்தான்.

இப்படி எல்லாம் ஏன் தோணுதுனு தெரியாம, அவள அவளே திட்டிக்கிட்டு நடந்து போரா...

அவளும் நடந்து பஸ் ஸ்டாப்க்கு பக்கத்துல வந்துட்டா. சொல்லிவச்ச மாதிரி ஹீரோவும் 'பஸ் ஸ்டாப்'-ல பைக்-க ஸ்டாப் பண்ணிட்டு, வெயிட் பண்ணிட்டு இருக்கான்.

அவளுக்காகவே வெயிட் பண்ற மாதிரி, அவன் பஸ் ஸ்டாப்-ல வெயிட் பண்றான். அநின்யா, அத சரியா பாக்கல. அவனும் அந்த சமயம் பைக்-க 'பஸ் ஸ்டாப்'-ல நிறுத்திட்டு, அவ இருக்கிற பக்கம் நோக்கி வந்த அவன், அவள கடந்து போக; அந்த நொடி அவன பார்த்த அவள் உலகம் மறந்து வியந்தாள்.

அவ அதே இடத்துல கொஞ்ச நேரம் நிற்க, அவன் ஸ்டாப்க்கு வந்த பிறகு தான் சுயநினைவுக்கு வந்து, அவளும் அவன பார்த்துக்கிட்டே பஸ் ஸ்டாப்கே வர்ரா.

அவ, அவன கண் இமைக்காம பார்த்த மாதிரியே நிக்கிரா. அப்ப அவன் பெயர கூப்பிட்டு ஒரு பெண் வர, அப்பதா தெரிது அவன் இவ்ளோ நேரம் அந்த பொண்ணுக்காகத வெயிட் பண்ணிடு இரு-கான்னு.

அது தெரிஞ்சது அநின்யாவுக்கு மைண்ட் வாய்ஸ்-ல " என்னடா... நாம நெனைச்சதுலா நடக்குதுனு தோணுச்சு, அந்த நினைப்பு கொஞ்ச நேரம் கூட இல்ல அதுக்குள்ள இப்டி ஆச்சு-னு" ஃபீல் பண்ணிக்கிட்டே நிக்கிரா, பஸ்க்காக.

அந்த பொண்ணு வந்து அவன் பைக்-ல ஏறும்போது தான் அநின்யா அந்த பொண்ணா பாக்குரா; ஆனா, அவ ஃபேஸ் (முகத்த)ச பாக்கல.

அநின்யா ஃபீல் பண்றது அவ கண்லே தெரிஞ்சது. இருந்தாலும் என்ன பண்றது அவளும் பஸ் ஏறி, வீட்டுக்கு வந்துட்டா. அவ அப்பா என்னமா என்ன பிரச்சனனு கேக்க, அவளும் நடந்தத சொல்ரா......

சரிமா ஃபீல் பண்ணாத, இந்த உலகத்துல அவன் எங்க போயிட போரான், அவன் உனக்குதான்னா கண்டிப்பா நீ அவ பாப்பனு சொல்லி சமாதானப்படுத்துனாரு.

அவளும் காஃபி குடிச்சுக்கிட்டு யோசிச்சுட்டு இருக்கா......

அநின்யா திங்க் "அவனுக்கு ஆளு செட் ஆகுரதுக்கு முன்னா-டியே.... நான் அவன் பார்த்திருக்க கூடாதா...

சே..... அப்படி பார்த்திருந்தா, இப்ப நான் தான் அவன் லவ், லைஃப், எல்லாமே நானாதா இருந்துருப்பே".

அநின்யாவுக்கு திங்கிங் அதிகமாகி, அவளுக்கு அவளே வெளிய கேக்குரமாதிரி பேச ஆரமிச்சுட்டா.

"எனக்கு அவ்ளோ சீக்கிரமா யாரையும் பிடிக்காது.... அப்படியே பிடிச்சாலும் நம்மக்கு செட் ஆகுற மாதிரி இல்ல.

எனக்குனு பிடிச்ச பயனுக்கு ஆளு இருக்கு; இத நான் எங்க போயி சொல்லி பொலம்புவே-னு ஃபீல் பண்ண ஆரமிச்சுட்டா.

அவளால அத ஏதுக்கவே முடில. கண்ணோட ஒரு ஓரத்துல இருந்து கண்ணீரே வர ஆரமிச்சுர்ச்சு".

கொஞ்ச நேரத்துல அவள அவளே சமாதானப்படுத்திக்கிட்டு; அப்பா, அம்மா கூட டைம் ஸ்பெண்ட் பண்ண போயிட்டா.

அடுத்த நாள் ஆபிஸ்க்கு லீவு போட்டு; ஒரு மேரேஜ் பங்ஷனுக்கு அநின்யா, அவவ ஃபேமிலி-யா போயிருக்காங்க. அங்க போயும் அதே நெனப்பா இருந்தா.

அத பார்த்த அநின்யா ஃப்ரெண்ட்ஸ் மேரேஜ் பங்க்ஷன்க்கு வந்துட்டு என்ன திங்க் பண்ணிட்டு இருக்க?, நீ பார்க்கவே கொஞ்சம் கவலையா இருக்குற மாதிரி இருக்கேனு கேக்க.

அநின்யாவுக்கு என்ன சொல்ரதுன்னு தெரியாம; ஃபங்ஷன்-ல நடக்-குற விசயங்களப் பத்தி கேக்க ஆரமிச்சு, டாபிக்க (பேச்ச) மாத்திட்டா. அவ பிரெண்ட்ஸ்சும் அத பெரிய விசயமா எடுத்துக்கல.

என்னதா பிரெண்ட்ஸ் கூட பேசிக்கிட்டு இருந்தாலும், அவள் மனம் மட்டும் அவன பத்தியே தான் நெனச்சுக்கிட்டு இருந்தது.

அநின்யா கூட அவ அப்பா, அம்மா, ஃப்ரெண்ட்ஸ்னு எல்லாரும் இருந்தாலும், அவ மனம் அவன மட்டுமே தேடுச்சு. இதுவர, அவ இப்டி ஒன்ன ஃபீல் பண்ணதே இல்ல.

அது என்னனு புரியல, எதுக்காக ஒரு நாள் பார்த்த பையனுக்காக இவ்ளோ பீல் பண்றோம்னும்; எனக்குனு இருக்கிற பிரெண்ட்ஸ், ஃபே-மிலிய விட ஏன்? நான், அவன எனக்கு முக்கியமானவனாவும், எங்-கூடவே இருக்கணும்ணு தோணுது இப்டி அவளுக்குள்ளேயே யோசிச்சு-கிட்டு; அந்த நாள் முழுக்க அப்படியே போகுது.

அடுத்த நாள்ல இருந்து, அவளோட சாதாரண லைஃப் ஆபீஸ்ல இருந்து ஸ்டார்ட் ஆகுது. இன்னைக்கி வெள்ளிக்கிழமை, லஞ்ச் டைம்,

சாப்பிடுவதற்காக எல்லாரும் ஆபிஸ் கேன்டீனுக்கு வர்றாங்க. அனின்யா அங்க வேல பார்த்த ரெண்டு மாசத்துல இப்ப தான் அவள எல்லாரும் பாக்குறாங்க; எல்லாரும் அவள வித்தியாசமா பார்க்குறத ஃபீல் பண்ண முடியுது.

சிலபேர் அவகிட்ட வந்து பேசவும் செஞ்சாங்க; சில பேரு அவள வித்தியாசமா பார்க்கவும் செஞ்சாங்க.

அவளுக்கு இதுவர என்னன்னு புரியல. அனின்யா மைண்ட் வாய்ஸ், "ஒருவேள ரெண்டு மாசமா யாரும் என்ன பார்த்ததுல்லனு இப்ப பார்க்குறாங்கலோ, அதுனால கூட இப்டி இருக்கலாம்னு நெனச்சா".

என்னதா அனின்யா இந்த மாதிரி சொல்லி அவள சமாதானப்படுத்திக்கிட்டாலும், எதுக்காக இப்டி நடந்துகுறாங்கர கேள்வி மட்டும் அவ மைண்ட்க்குல இருந்துக்கிட்டே இருதுச்சு.

அவளப் பத்தி எல்லாரும் பேசிட்டு இருந்தாங்க. அவங்க பேசுறது அனின்யாவுக்கேக் கேட்டது. அது அனின்யா-வ இன்னும் வித்தியாசமா ஃபீல் பண்ண வச்சுது.

எப்பயும் இல்லாத அளவுக்கு எல்லாரும் வித்தியாசமா நடந்துக்குறது, அவளுக்கு இங்க என்ன நடக்குது நான் ஆபிஸ்ல தான் இருக்கேனார சந்தேகம் வர்ற அளவுக்கு நடந்துக்கிட்டாங்க..

இவெனிங் டைம்-ல அவ ஆபீஸ்ல வேல பார்குற ஒரு பொண்ணு அவகிட்ட அவளா... வந்து பேசுனா. நீங்க புதுசா ஜாயின் பண்ண பொண்ணு, அனின்யா தானே!?. அப்டின்னு அந்த பொண்ணு அனின்யாக்கிட்ட கேக்க....

அனின்யாவும் ம்ம்ம்....

ஆமா!. நீங்க!?...

நான் உங்க ஆபீஸ்ல ஓர்க் பண்ர, இன்னொரு டீம்ல தான் இருக்கே. அந்த பொண்ணு அவளப் பத்தின சில விபரங்கள சொன்னா. நான் இங்க தான் சில மாசமா ஓர்க் பண்ணிட்டு இருக்கேன். லாஸ்ட் (கடைசியா) டைம் உங்கள பார்த்தே நீங்களும் நான் போறா அதே... ஸ்ட்ரீட் (தெரு) வழியாதா போனீங்க.

நானும் டெய்லி அதே வழியாத போகணும். அத உங்க கூட வரலானு.., உங்கக்கிட்ட கேக்கணும்னு தோணுச்சு. உங்களுக்கு ஓகேனா, நாம சேந்தே போகலாம்; இப்டி அந்த பொண்ணு கேக்க...

அனின்யாவும்,

ம்ம்...

சரி வாங்க போலாம்ணு சொல்ல.....

ரெண்டு பேரும் பேசிக்கிட்டே நடக்க ஆரமிச்சாங்க. இந்த ஆபீஸ் உங்களுக்குப் பிடிச்சிருக்கான்னு அநின்யாவப் பார்த்து அந்த பொண்ணு கேக்க... அநின்யா அதுக்கு எனக்கு ரொம்ப புடிச்சிருக்குணு சொல்ல; ஆனா, இன்னிக்கு மட்டும் எல்லாரும் வித்தியாசமா நடந்துக்கிட்டது எனக்கு புரியலணு சொன்னா அந்த பொண்ணுக்கிட்ட.

அதுக்கு அந்த பொண்ணு, அது உங்களுக்கு போக போகப் புரி-யும்ன்னு, அது ஏன்னு உனக்கே தெரியும்னு சொன்னத கேட்ட அநின்-யாக்கு, அந்த பொண்ணு என்ன சொல்ல வராங்கணு தெரில. அநின்யா ரொம்ப நேரம் யோசிச்சதுக்கு அப்ரமா, அப்படி என்ன விசயம்னு கேக்க. அந்த பொண்ணு டாபிக்க மாதிட்டாங்க. அநின்யாவும் அத பெருசா எடுத்துக்கல.

அப்புறம் ரெண்டு பேரும் நிறைய ஆபீஸ்ல நடக்குற காமெடியான விஷயங்கள பேசிக்கிட்டே, அந்த பொண்ணு அவங்க வீட்டுக்கும் அநின்யா பஸ் ஏறி அவ வீட்டுக்கு போய்ட்டா.

அடுத்த நாளான சனிக்கிழமை, காலைல அநின்யா ஆபீஸுக்கு ரெடி ஆகி அவங்க ஸ்ட்ரீட் பஸ் ஸ்டாப்ல பஸ் ஏறி அவ ஸ்டாப்ல இறங்கி, சாங் கேட்டுக்கிட்டே நடந்து போயிட்டு இருந்த, அதும் லவ் சாங். அந்த டைம் அநின்யா ஆபீஸ்க்கு பக்கத்துல அவன பார்த்த அவ, அவனும் அவளத பார்குறான் தெரிச அவளுக்கு அவளால நம்-பழுடில; நேரா அவள பாத்தே வர்ரான்.

அவன் அவள நோக்கி வர்ற அந்த கேப்ல (நேரத்துல), அநின்யா ஆமா ஏன் அவன் நம்மல பார்த்து வர்றான்?! ஒருவேளை நாம பாக்-குறது அவனுக்கு தெரிஞ்சுர்சோ?!! அதுனால நம்ம மேல கோவப்பட்டு திட்ட வர்ரானோ?!!! எந்த மாதிரி பல கேள்வி எழும்ப ஆரமிச்சுருசு அவ மனசுக்குள்ள....

ஆனா அவன், அவள தாண்டி போயிட்டேன். இப்ப என்ன நடந்-துச்சுனு கூட அவளுக்கு தெரிலா....

அவளுக்கு இப்பல அவள சுத்தி என்ன நடக்குதுனுக் கூட தெரில. அவன் அவள கடந்து போன அந்த நிமிடம் கொடுத்த ஷாக்......

அந்த ஷாக்லே அவ ஆபீஸுகுள்ள போயிட்டா.

அடுத்த நாள் ஞாயிற்றுக்கிழமை மார்னிங் பெரிய மழை, எல்லாரும் நனைந்தபடியே போயிட்டு இருந்தாங்க. அநின்யாவ சின்ன ஓர்க்க்காக ஆபீஸ் வர சொல்லிட்டாங்க.

சண்டே மார்னிங்! எதுக்கு ஆபீஸ்லா வைகிறாங்கனு பொலம்பிக்-கிட்டே, பஸ்க்காக பஸ் ஸ்டாப்ல வெயிட் பண்ணிட்டுயிருந்தா......

அதே நேரத்துல அநின்யா மைண்ட் வாய்ஸ்ல, "அப்பவே நம்ம பிரெண்ட்ஸ் சண்டே ஓவர்டைம் ஓர்க் போகும்போது எப்டிலா கிண்டல் பண்ணோம்; அதையெல்லாம் நெனச்சு பார்து ஃபீல் பண்ரா. இப்ப பாரு நானே சண்டே ஓர்க்க்கு போரே. அவங்கள கிண்டல் பண்ணேன்ல எனக்கு வேணும், அதுமட்டும் இல்லாமல சண்டேக்கூட ஓர்க் பண்றதுல கஷ்டம் தான்ல.....

இதெல்லாம் பஸ் ஸ்டாப்ல நின்னு பஸ்க்கு வெயிட் பண்ணிக்கிட்டே திங்க் பண்றா, அநின்யா. பஸ்ஸும் வந்துர்சு அவ ஏறி இருவது நிமிட டிராவல்க்கு பிறகு அவளோட வழக்கமான ஸ்டாப்ல இறங்கி, மழை விடுற வர வெயிட் பண்ணிட்டு இருக்க. அநின்யாவால ரெம்ப நேரம் வெயிட் பண்ண முடியல; அதுனால மழைலயே நனச்சுட்டே நடக்க ஆரமிச்சுட்டா.....

அப்ப பாத்து ஹீரோவும் எதிர்ல பைக்ல வரான் நனஞ்சுக்கிட்டே, அத பார்த்த பாதி நனஞ்சு நிக்கிர அநின்யா திரும்ப பஸ் ஸ்டாப்கே போயிட்டா. அவனும் மழை அதிகமா இருக்குறதால பஸ் ஸ்டாப்க்கு தான் வர்றான்.

அவளுக்கு என்ன பண்றதுன்னே தெரில அவ மைண்ட் வாய்ஸ்ல "சரி ஒரே இடத்துல நின்னுகிட்டா எதும் இல்ல; அப்படியே கொஞ்ச நேரம் சமாலிப்போம்". பஸ் ஸ்டாப்க்கு உள்ள அவன் ஒரு பக்கம், அநின்யா இன்னொரு பக்கம் நிக்க; அவ ஏற்கனவே மழைல, பாதி நனஞ்சுட்டா, இன்னும் ஓரமா போன அவ்ளோதான் ஃபுல்லா நனஞ்சு-ருவோம்னு தள்ளி தள்ளி வர அவன் பக்கத்துல டச் ஆகுற அளவுக்கு போயிட்டா.

ஈரமான டிரஸ்சோட இருக்குறதால அவளுக்கு கோல்ட்டே பிடிச்-சுர்ச்சு. 'கோல்ட்'ல தும்மல் சின்ன சப்தத் தோட வந்துச்சு. அப்போ ஒரு சின்ன, சுவீட்டான வாய்ஸ் "ஹாய்!!"னு அவளுக்கு கேக்க இன்னும் பயம் வந்துருச்சு, அவளுக்கு.

என்னடா மைண்ட்க்குள்ள வாய்ஸ்லா கேக்குனு திரும்ப அவன் அவ பக்கத்துல நிக்கிரத பார்த்த அவளுக்கு பதட்டத்துல, 'ஆமா, நீங்க ஏன் என் பக்கதுல நிக்கிரீங்கனு கேட்டதும்; அவன், ஏங்க.... நீங்கதா என் பக்கத்துல வந்துர்கீங்கனு சொல்ல..."

அநின்யாவுக்கு மொக்க பல்ப் ஆகிடுது.

சின்ன பார்வைல அவன பார்த்தா அநின்யா, சாரிங்கன்னு சொன்னா. ஒரு பதட்டதுல இப்டி பேசிட்டேன்னு சொல்லி அவன சமா-தானப்படுத்துரா.

அவனும் அவள பார்க்க அவ்ளோதான் கண்ண எப்பவும் இல்லாத அளவுக்கு விரிச்சு அவன பார்த்துக்கிட்டே நிக்கிரா, அநின்யா. ஹீரோனா சும்மாவா அவனும் பார்க்க சூப்பர்ரா சம்மையா இருந்தான்.

அவனும் அவள பார்த்து சின்ன ஸ்மைல் பண்ணதும் அவளுக்கு என்ன பண்றதுனே புரியல! அவன் நம்மல பார்த்தா ஸ்மைல் பன்றா-னான்னு!? ஒரு கேள்வி அவளுக்குள்ள.

அந்த டைம்ல ஹீரோ ஃப்ரெண்ட் வர அவன் குடுத்த கொடைல போலனு முடிவு பண்றான். ஏன்னா மழை இன்னும் நிக்கல. அப்ப ஹீரோயின்னாகிய அநின்யாக்கிட்ட நீங்க எங்க போகணும்னு கேக்ரான். அவன் கேட்ட விதம்... முதல் தடவையா அவகிட்ட பேசுர மாதிரி தெரில, இருந்தாலும் சின்ன தயக்கம் அவளுக்கு.

அவளும் நான் இங்க பக்கத்துல இருக்கிற பிளேஸ் தான்னு சொன்-னதும், அவனும் சரி வாங்க நானே விட்டுரேனு சொன்னான். அவளும் குடையில அவங்க்கூட போன, ஏற்கனவே மழைல அதிகமாக நனச்-சுட்டா...

அநின்யா மைண்ட் வாய்ஸ் "முழுசா நனஞ்ஜலும் பரவாயில்ல, இந்த மோமென்ட் (நிமிடத்த) நான் மிஸ் பண்ண விரும்பலனு" திங்க் பணிக்-கிட்டே, ம்ம்... வரேன்னு சொன்னா; அப்ரம் ரெண்டு பேரும் நடந்து போரங்க....

ரெண்டு பேரும் குடைல பாதி நனசும் நனையாமலும் நடந்து போனாங்க. அந்த நேரம் அவ லைஃப்ல இதுவரை அனுபவிக்காத ஒரு ஹேப்பியான நேரம். அந்த டைம்ல அநின்யா பசிக்கிரத ஃபீல் பண்-ணுரா; சின்னதா சவுண்ட் வேர, அத கேட்ட ஹீரோ நாம்ம லைட்டா டீ குடிபோமானு கேக்க அவளும் சின்ன வெக்கம் கலந்த சிரிப்போட சரினு தலைய ஆட்டுனா.

ரெண்டு பேரும் பழக்கப்பட்டவங்க பேசிக்ர மாதிரி பேசிக்கிட்டாங்க. இதுவர அவங்க யாருக்கிட்டயும் பேசிக்காத அளவுக்கு பேசிக்கிட்டாங்க. மழை நிக்கிறதும், ஆபிஸ்க்கு போக டைமும் சரியா இருந்தது.

அநின்யாக்கு அந்த இடத்த விட்டு வர விருப்பமே இல்ல. இருந்தாலும் முதல் சந்திப்புல அதிகமா பேசுனா தப்பா நெனசுபான்னு தயக்கத்தோட, அவன் ஷாப் ஓனர்க்கிட பேசிட்டு இருக்க நேரத்துல எதும் சொல்லிக்காம, ஆபீஸுக்கு போக நடக்க ஆரமிச்சுட்டா.

ஆபீஸுக்கு வந்த அநின்யாக்கு ஒரு பாயி (போயிட்டு வரேன்) கூட சொல்லாம வந்துடென்னேனும், இன்னும் கொஞ்ச நேரம் இருந்துர்கலாம்னு தோணுது.

சரி இப்ப அந்த பிளேஸ்க்கு போயிட்டு பார்த்த என்னனு யோசிக்க, அங்க போக தயாராகிட்டா...

ஆனா அந்த டைம்ல மேனஜர் சார் கூட்டதும் போகமுடிலையேனு ஃபீல் பண்ணிட்டு மேனஜர் சார்ர பார்க்க போயிட்டா.

மேனஜர் சார் அவள மட்டுமில்ல எல்லாரையும் கூட்டு கம்பனி ஸ்டார்ட் பண்ணி பத்து வருட 'சக்சஸ்'கு சின்ன செலப்ரேஷன் வச்சுகளாம்னு மீட்டிங் போட்டு சொல்லிட்டு இருந்தாரு.

ஆனா, அநின்யாவுக்கோ அங்க நடந்த விசயத்தில தான் மைண்ட் ஃபுல்லா இருக்கு. மெயினா அநின்யாவ ஹெல்ப்க்கு ரெகமண்ட் பண்ணிட்டு, மத்த எல்லாருக்கும் கேம்ஸ்ல இருக்கடும்னு; அநின்யா நீங்க உங்க சீனியர் கூட கொஞ்சம் ஹெல்ப்பா இருக்கன்னு சொல்லிட்டு போயிட்டாரு.

அவளுக்கு என்ன ஹெல்ப் பண்ணனும்னு தெரியாம சீனியர் பொண்ணுக்கிட்ட கேக்க, நான் எல்லாத்தையும் பார்துக்கிரே பா.. நீ சின்ன சின்ன ஹெல்ப் மட்டும் பண்ணா போதும் பா. நீ பயபட வேண்டா... நான் சொல்ற ஒர்க் மட்டும் பாத்தா போதும்னு, நீ.. புது பொண்ணுலய கேம்ஸ்ல செரதுல கூச்சமா இருக்கலாம்னு தான், நீங்களும் இருக்கிற மாதிரி கேம்ஸ்ல ஹெல்ப்க்காக இருக்கனுனு சொல்லிர்காரு. அதுனால எல்லாருக்கூடயும் நல்லா பேசி பழகுவீங்கனு தான் நீ ஹெல்ப்க்காக இருக்கட்டும் சொன்னாங்க.

எப்பயுமே இந்த மாதிரி செலப்ரேஷன்ல எல்லாரும் கடந்துப்பாங்க; இதும் ஒரு காரணம் தான் உங்கள ஹெல்ப்பா இருக்க சொல்ல. அடுத்த நாள் ஸ்டார்ட் ஆகுது செலப்ரேஷன்; அதுனால இன்னைக்கி சில

ஒர்க்லா பண்ண ஸ்டார்ட் பண்ணணும்.

அனின்யாவும் சின்ன சின்ன ஹெல்ப்பா, கேம்ஸ்க்கு தேவையான பொருட்கள வாங்கி வர்ர வேலைலா பாதுடு இருந்தா. சீனியர் பொண்ணு சொன்ன மாதிரியே எல்லாரும் அனின்யாக்கிட்ட ரெம்ப நல்லாவே பேசுனாங்க. இதுவர பேசாதவங்க கூட, பையன் பொண்ணுனு வித்தியாசம் இல்லாம சகஜமா பேசினாங்க.

மண்டே (திங்கள்கிழமை) செலப்ரேஷன் டேய். எப்பவும் மண்டேனா (திங்கள்கிழமை) கடுப்பா இருக்கும், அது ஸ்கூல் போரா ஸ்டூடண்டா இருந்தாலும் சரி, ஒர்க்க்கு போரவங்கள இருந்தாலும் சரி மண்டே சீக்ரமா எந்திச்சு கிளம்புறதே டார்ச்சர் தான்.

ஆனா இந்த மண்டே அனின்யாவுக்கு அப்டி இல்ல. ஒரு ஸ்பெஷ்ல்லான ஒன்னா இருக்க போது; அனின்யா ஒர்க் பண்ற ஆபீஸ்ல உள்ளவங்களுக்கும், முக்கியமாக அனின்யாக்கும் தான். இந்த விசயம் அவளுக்கு தெரியாது....

இன்னைக்கி ஒரு சர்ப்ரைஸ் இருக்கு அனின்யாவுக்கு. அது என்னனு இன்னும் கொஞ்ச நேரத்துல தெரிஞ்சுரும். அது என்னனு பார்க்கலாம்.....

எல்லாரும் சீக்ரமா வந்துட்டாங்க, செலப்ரேஷன்க்காக. அனின்யாவையும் அவ அப்பா வந்து விட்டுட்டு போயிட்டாங்க.

அழகா தமிழுக்கே உரிய டிரஸ்ஸான டார்க் புளூ கலர் சேலைல அனின்யா வந்தத பார்த்த எல்லாருக்கும் அவ்ளோ ஆச்சரியம். எல்லாரும் அவள பத்திதா பேச்சு. எல்லாரும் அவள பத்தி பேச அது மட்டும் காரணம் இல்ல....

அங்க அனின்யா மட்டும்தா சேலைய உடுத்திருந்தா. மத்த எல்லாருமே நார்மல் டிரஸ்சான சுடிதார் அண்ட் மாடன் டிரஸ் தான்.

அத பார்த்த அனின்யாவுக்கு 'போச்சு நாம மட்டும்தா சேல உடுத்திர்க்கோம்; அதுனால தான் எல்லாரும் நம்மல இப்டி பார்க்குறாங்கன்னு நினைச்சா'.

ஆனா, அவ அங்க இருந்த கூட்டத்துக்குல பார்த்த விசயம் அவள ஆச்சர்ய பட வச்சது. காரணம், அவ பார்த்தது ஹீரோவ. அவன் இங்க என்ன பண்றான்?! எப்டி இங்க வந்தான்?!! என்ன காரணம்னு தெரியலனு அவ மனம் பயம் கலந்த பதட்டதுல பல கோள்விகள அவளுக்குள்ள எழுப்பியது.

அங்க ஆபிஸ்ல உள்ள எல்லாரும் இருந்தாங்க; ஹீரோ, ஹீரோ பிரெண்ட்ஸ், கம்பனி மேனஜர், கம்பனிக்கு தொடர்பான எல்லாருமே அங்கதா இருகாங்க. ஆனா, அதுல யாரையும் சரியா பழக்கம் இல்ல அவளுக்கு அங்க தெரிஞ்ச ஹீரோ மட்டும் ரெம்ப பழக்கப்பட்ட ஒருத்தனா ஃபீல் பண்ணா.

இதுவர அவங்கிட்டயே ஒரு தடவ தான் சரியா பேசிருக்கா. அப்டி இருக்க அவன் மட்டும் ரெம்ப பழக்கப்பட்டவனா தெரிய என்ன காரணம்..... அவங்க எல்லாரும் ஏதோ ஒரு ஹேப்பியான நியூஸ்சுக்காக வெயிட் பண்ணிட்டு இருக்கிற மாதிரி எல்லாரு ஃபேஸ் (முகத்துல)ல தெரிர அளவுக்கு பார்த்துட்டு இருக்குரத அநின்யாவால புரிஞ்சுக்க முடிஞ்சு.

எது எப்டி இருந்தாலும் அவ கண்கள் அவன் மேல இருந்து திரும்பவே இல்ல. அவள் பார்குரத அவனும் பார்க்குறான். அதுனால, அவளோட கண்கள் பார்க்குர பார்வைய மாதிக்க, மறைக்க முயற்சி பண்ணுது; இருந்தாலும் அவளால அத முழுசா பண்ண முடியலா.

ஹீரோவும் அவள பார்த்துகிட்டே அவ கிட்ட வர,

அநின்யா பார்வ மட்டும் அவன தவர வேற எங்கயுமே திரும்பவே இல்ல. பக்கத்துல வந்த அவன் உங்கக்கூட கொஞ்சம் நடந்துக்கிட்டே பேசலாமானு கேட்க?!, அவளும் சரினு தலையாட்டினா.

   'நான் உன் கண் பார்த்து என்னை மறந்தேனே....

    உன் பேச்சின் மொழிக் கேட்ட,

    என் செவி உயிர் பெறவே.........

    உன்னுடன் வாழவே என் மனம் ஏங்க....

    வருவாயா!?......

    என்னுடன் வாழ்நாள் முழுக்க?!!!!....."

அங்க நடக்குர எல்லாத்தையும், அங்க இருந்த எல்லாருமே பார்த்துகிட்டுதா இருக்காங்க. ரெண்டு பேரும் சேர்ந்து நடந்து போரத அங்க இருந்த எல்லாருமே ரொம்ப ஹேப்பியாவும், அடுத்து என்ன நடக்க போதுனும் எதிர்பாத்துட்டு இருந்தாங்க.....

மத்தவங்களாம் நம்மல பாக்குறாங்கலானு பார்த்த மாதிரியே அவன் கூட நடந்து போயிட்டு இருந்தா, அநின்யா. அநின்யா திரும்பி பாக்குரத தெரிசுக்கிட எல்லாரும், அவளுக்கு தெரியாம பாக்குர மாதிரி நடந்துக்-கிட்டாங்க. அநின்யா பார்க்கும் போது, எதும் தெரியாத மாதிரி திரும்பி

சகஜமா பேசிட்டு இருப்பாங்க.

கொஞ்சம் தூரம் கம்பனிக்கு உள்ளேயே தான்.. நடந்து போனதுக்கு அப்பறம், அவன் பேசத் தொடங்குனா. அவன் என்ன சொல்ல போராணு எதிர்பார்த்துக்கிட்டே, அநின்யா அவனையே பார்த்துக்கிட்டு இருந்தா.

அவன் சொல்ரதுக்குள்ள அநின்யா மைண்ட்க்குள்ள என்ன என்னமோ தோன ஆரமிச்சது; நாம எதும் தப்பு பண்ணிடோமா?!, ஒருவேள நம்மல பத்தி எது தப்பா புரிஞ்சுக்கிட்டானா?!! அயோ, என்ன பண்ணிற்பே?!!!, மாட்டுனே ஏதாச்சும் பண்ணிர்பே அன்னைக்கே.., அதான் இப்ப என்னைய கண்டுபிடிச்சு திட்ட வந்துர்பாரு...

எப்டி தெரிஞ்சுருக்கும்?! ஒருவேள ஆபீஸ்ல யாரையாச்சும் தெரிந்-திருக்குமோ?!; தெரிஞ்சிருக்கும் அதனால தான் இவ்ளோ சீக்ரமா கண்-டுபிடிச்சுருக்காரு. அப்டின்னா அவருக்கு இங்க நெரயா பேர தெரிஞ்-சிருக்கும், அவங்கடலா சொல்லிருப்பாங்கல, போச்சு போச்சு அவ்ளோ-தான் நா.... இன்னைக்கி......

அதும் எல்லாரூர் முன்னாடியும் திட்ட போராரு. அவ்ளோதான் மொத்த மரியாதையும் இப்பாவே போயிடும். உன் ப்ரெண்ட்க்காக வந்த ஒர்க் பிளேஸ்ல இப்டியா பண்ணுவ; திரும்ப அவ இங்க வந்து எப்டி ஒர்க் பண்ணுவா...

இன்னைக்கி வேற ஆபீஸ்ல இருந்தே அழகா வர சொன்னாங்க செலப்ரேஷன்க்காக; சரி சொல்லிடாங்கலேன்னு கொஞ்சம் அதிகமாகவே 'மேக் அப்' போட்டே. என்ன லைட்டா கண்ணு மை, தலைக்கு குளிச்சு, புது ஹேர் ஸ்டைல் போட்டுற்கே, அப்ரம் ஃபேஸ்ல ஹேன்ட் மாசச்சு பண்ணே அவ்ளோதான் பண்ணே.

'மேக் அப்' பாத்து மயங்குர ஆளு மாதிரியும் தெரிலயே...... இப்டினு அநின்யா திங்க் பண்ணிட்டு இருந்தா. எவ்ளோ திங்க் பண்ர, அவர் என்ன சொல்ல போராருன்னு

தெரிலையே; அதுக்குள்ள எனக்கு எவ்ளோ யோசன, சரி அவர் என்ன சொல்லுராருனு பாப்போம்.

அய்யோ! திங்க்கிங்ல மரியாதைலா வருதே. யோசிக்கிறத கொஞ்ச நேரம் நிறுத்திடு, என்ன சொல்ல போகுரான்ரத தவிர வேறு எதுவும் அவள மைண்ட்ல இல்ல.

அவங்க ரெண்டும் பேரும் ஏன் இன்னும் பேச ஆரம்பிக்கவே இல்ல, ரொம்ப நேரமா அமைதியா இருக்குறார்களே. அப்படின்னு அங்க

இருந்த எல்லாரும் அவங்களுக்குள்ளே பேசிக்கிட்டாங்க.

அவன் அவக்கிட்ட பேச தொடங்க, நாம ரொம்ப தூரமா நடந்து வந்துடோம்ல; அப்படின்னு சொல்ல, இல்லயே ஆபீஸுக்கு உள்ளே தான் நடந்து வந்துருக்கோம்னு சொன்னா. அப்டியா?! அப்படின்னு சொல்லிகிட்டே அவள பார்த்தான்.......

இதோட இந்த பாகம் முடியுது. என்ன அதுகுல லவ், மீட்னு சீக்கிரமா கதை போகுதா, இனிமேதா கதையே ஸ்டார்ட் ஆக போகுது. இந்த முதல் பாகம் ஹீரோயின்ன பத்தி மட்டும் தான், அவளுக்கு நடந்தத, அவ பார்த்த விதம், அவ என்ன ஃபீல் பண்றா இப்படி அவளப் பத்தி மட்டும் சொல்ரது. இந்த முதல் பாகத்த பத்தி சொல்லனும்னா கொஞ்சம் கவிதைலா இருக்கும்; நல்லா இல்லைனா தப்பா எடுத்துக்காதீங்க ரீடர்ஸ்...

இதுக்கு அடுத்த பார்ட் (பாகம்)ல அடுத்து என்ன நடந்துச்சு, ஹீரோ பெயர், அவன் கோணத்துல இந்த நிகழ்வுளாம் எப்படி நினைச்சா, என்ன சொன்னானு, அடுத்து என்ன நடக்கப்போகுற ஹாப்பி அண்ட் சர்ப்ரைஸ் இப்டி எல்லாமே இனி வர்ற செகண்ட் பார்ட் (அடுத்த பார்ட்)-ல இருக்கும்..!

அடுத்த பாகத்த பத்தி ஒரு சின்ன இன்ட்ரோ கொடுத்துரே; இதுல ஹீரோ அவர் பார்வைல இருந்து பார்குரது. அவர் இந்த கதையில நடந்த எல்லாத்தையும் எப்படிப் பார்த்தாருனும், அதுல அவன் ஒரு சூப்பரான சர்ப்ரைஸ் கொடுப்பான். அது இன்னும் கண்டிப்பா சுவாரசியமா இருக்கும்...

அதையும் வாசிச்சாத ஸ்டோரி புரியும். அதையும் ரீட் (வாசி) பண்ணு வீங்கன்னு நம்புறேன், ஃப்ரெண்ட்ஸ், ரீடர்ஸ்.

2

❧

முதல் பாகம் முழுக்க ஹீரோயின் பத்தி மட்டும்தான் இருக்கு-லயா......

இரண்டாம் பாகம் முழுக்க அதிகமா ஹீரோ பத்தி தான் இருக்கும்.

ஹீரோ பெயர் கெளதம். கெளதம் பத்தி சொல்லணும்னா, குட் பாய் (நல்ல பையன்), குட் லூகிங் கய் (பார்க்க அழகானவன்). கெளதம்க்கு நெரய ஃப்ரெண்ட்ஸ், பையன் பொண்ணுனு கவுண்ட் பண்ண (எண்ண) முடியாத அளவுக்கு ஃப்ரெண்ட்ஸ். அதுல பொண்ணுங்க ஃப்ரெண்ட்ஸ்ல சிலர் புரொபோஸ் (லவ்வ சொன்னாங்கா) வேற பண்ணிற்கங்க; ஆன கெளதம்க்கு லவ்ல பெருசா இன்டர்ஸ்ட் (ஈடுபாடு) இல்ல.

புதுசா பேசுற பொண்ணுங்க கூட லவ் புரோபோஸ் பண்ணுனாலும், வேண்டா ஃப்ரெண்ட்ஸ்ச இருக்குகலனு சொல்லிருவான். அவனுக்கு முழுக்க முழுக்க எஞ்சாய் பண்ணனும் தான் மைண்ட்ல இருக்கும்.

லவ் பத்தி கெளதம்க்கு எதும் பெருசா தெரிஞ்சுக்கலனாலும்; அவனுக்கு லவ் ஒரு நல்ல ஹாப்பியான, ரெண்டு பேருக்கும் இடையில இருக்குற உண்மையான உறவுனு தான் அவன் மைண்ட்செட்ல இருக்கு.

கெளதம் நெறய கம்பனில ஒர்க் பண்ணீர்க்கான். அதுல ஒன்னுத அநின்யா இப்ப ஒர்க் பண்ணர கம்பனி. கெளதம் எல்லா விதமான ஒர்க்கும் பண்ணுவான் பிடிக்கிற பிடிக்காத ஒர்க் எல்லாம் பண்ணுவான். அடுத்து அடுத்துனு ஒர்க் மாறிடே இருப்பான்.

ஏன்னா அவனுக்கு எல்லா ஒர்க்கும் தெரிஞ்சுக்கணும்னு; நெறய ஒர்க், எல்லா ஒர்க்கும் பண்ணனும்னு ஆசை. எந்த மாதிரினா, சாதாரண ஒர்க்ல இருந்து ரொம்ப ரிச்சான (பணக்காரத் தன்மையான) ஒர்க் வர பண்ணுவான். எல்லா ஒர்க்காயும் முழுசா கத்துக்குவான்.

என்னதா ஓர்க் வேற வேற பிளேஸ்ல பாத்தாலும் ஃப்ரெண்ட்ஸ்க்கு முக்கியத்துவம் குடுப்பான். பழைய கம்பனிய விட்டு போனாலும் அங்க இருந்த ஃப்ரெண்ட்ஸ் எல்லாருக்கூடயும் பேசிட்டுதான் இருப்பான்.

என்ன ஹெல்ப் (உதவி) கேட்டாலும் பண்ணக்கூடிய ஒரு குட் பெர்சன் (நல்ல நபர்). அவனுக்கு நெறய பொண்ணுங்க லவ் புரோபோசே பண்ணாலும் அத அட்வாண்டேஜ் (பயன் படுத்திக்) எடுத்துக்கணும்னு தோணாது. சிம்பிளா (சாதாரணமா) சொல்லனும்னா, கெட்ட பசங்க மத்தில 'குட்' டா இருக்குற ஒரு நல்ல பையன்.

பொண்ணுக்கு மதிப்பும் மரியாதையும் குடுக்குற பையன். கௌதம்க்கு அம்மான ரெம்பா இஷ்டம்; அப்பா அவனுக்கு ஒரு நல்ல பெர்சனல் அட்வைஸர் (தனிப்பட்ட ஆலோசகர்).

டெய்லி என்ன நடக்குமோ, அத எல்லாத்தையும் அப்பாக்கிட சொல்றப் பழக்கம் இருக்குது, கௌதம்க்கு. அவன் அப்பாவும் நீ இப்டி பேசிற்கலா டா அப்படி பண்ணிற்கலா டா-ன்னு அவனுக்கு இந்த மாதிரி சொல்லுவாரு.

அம்மா அதுக்கு கோவமா, இப்படிய சின்ன பையன கெடுபீங்கனு சொல்லிக்கிட்டே, திட்டிடு உள்ள போயிடுவாங்க. இது எப்பவும் வழக்கமா நடக்குறது தான்.

கௌதம் இப்ப ஒரு பிரபலமான டிராவல்ஸ் (வாகன) கம்பனில நல்ல ஓர்க் பண்ணிட்டு இருக்கான். இந்த கம்பனில ஒரு வருசமா ஓர்க் பன்றதால கௌதம் பத்தி எல்லாருக்கும் தெரியும்; முக்கியமாக ஓனர்க்கு நல்லதெரியும். அதுனால அவன் எங்க வெளிய போனாலும் கேக்கமாடாங்க; எதும் புதுசா மாத்துனாலும், அவன் சரியாத்தான் பண்ணுவான்னு சொல்லுவாங்க.

அவன் எப்பவும் ஓர்க்க சரியா முடிச்சுர்வான். அதுனாலயே கௌதம் அந்த கம்பனிலயே ஒரு வருசமா ஓர்க் பண்றான்; அந்த ஓர்க்கும் அவனுக்கு ரொம்ப பிடிச்சுருக்கு.

இன்னைக்கி மண்டே (திங்கட்கிழமை), அவன் ஃப்ரெண்ட் ஒரு பொண்ணு கால் பண்ணி, அவளுக்கு முக்கியமான வேலைக்காக வெளிய போற மாதிரி இருக்கு அவ எப்பயும் பஸ்ல இல்லன யாராச்சும் அவ ஃப்ரெண்ட்ஸ் அவ போகுர பிளேஸ்ல ட்ராப் (இறக்கி) பண்ணுவாங்க. ஆனா எந்த டைம் அவளுக்கு ஹெல்ப் பண்ண யாரும் இல்ல.

அதுனால ஹீரோவான கௌதம்க்கு கால் பண்ணி கூப்டுறா. அவனும் சரிமா நான் பக்கத்துல தான் இருக்கே; இன்னும் ஒரு பத்து நிமிஷத்துல வந்துறே ஆபீஸுக்குனு சொல்ல அவளும் ஓகே-னு சொன்னதும் கால்ல கட் (அழைப்பை துண்டித்து) பண்ணிடு சின்ன ஒர்க்க முடிச்சுட்டு கௌதமும் அந்த பொண்ண பிக் அப் (ஏறிட்டு வர) பண்ண போரான்.

எப்பவும் யாரு கால் பண்ணிக் கூப்டாலும் பக்கத்துல இருக்குற இடம்னா ஐந்து நிமிடத்துல போயிருவான். எப்பயும் போல அதே மாதிரி ஐந்து நிமிடத்தில் அந்த பொண்ண பிக் கப் பண்ண போய்ட்டான். சிக்-கரமாவே ஆபீஸ்க்கு போயிட்டு வெயிட் பண்ணிட்டு இருந்தான். ஆனா அந்த பொண்ணு கௌதம்க்கு கால் பண்ணி, எனக்காக பக்கத்துல எங்-கேயாவது கொஞ்ச நேரம் ஒரு பிளேஸ்ல வெயிட் பண்ணுபா அப்ப-டின்னு சொன்னா.

அதனால கௌதமும் ஆபீஸ்ல நிக்க வேண்டான்னு, ஆபீஸ்ச கடந்த போட்டிருந்தான்; அப்போ ஒரு பொண்ண தாண்டி பைக்ல போயிட்டு இருந்தான். அவள பார்த்த கௌதம்க்கு அந்த பொண்ண பார்த்துகிட்டே இருக்கணும்ர நினைப்பு அதிகமாகுது.

இது என்ன புதுசா...,

எனக்கு இப்படி தோனுனதில்யே அப்டின்னு நினைச்சுகிட்டே அந்த பொண்ணு முழுசா பார்க்க முயற்சி பண்றான்.

அந்த பொண்ணபார்த்த கௌதம்க்கு ஒன்னும் புரியல; என்ன ஒரு புதுவிதமான ஃபீலிங் (உணர்வு). இந்த பொண்ண நம்மக்கு ஏன் ரொம்ப பிடிச்சிருக்கு, அந்த பொண்ணுக்கு நம்மக்கு ஏதோ ஒரு மாதிரியான ஒற்றுமை இருக்குறத கௌதம் உணர்ந்தான்.

ரெண்டு பேரும் மாத்தி மாத்தி பார்த்துக்கிட்டாங்க. சொல்லி வச்ச-மாதிரி பஸ் ஸ்டாப்ல கௌதம் வெயிட் பண்றான். அவனுக்கு ஏன் இங்க் வெயிட் பண்றேன்னு தெரியல. ஆனா இங்க வெயிட் பண்ணனும்; அப்-படின்னு அவனுக்குள்ள அவன் மனசு சொல்லிக்கிட்டே இருக்கு.

பைக்ல வெயிட் பண்ணிட்டு இருந்த கௌதமுக்கு அந்த பொண்ணு வர்ரத பார்த்ததும் ரொம்ப ஹாப்பியா (மகிழ்ச்சி) ஆகிடுது. அந்த டைம்ல கௌதம் ஒரு கலாட்டா பண்ணனும்னு நெனச்சு, அவன் அவளை கிராஸ் (கடந்து) பண்ணி டி கடைக்கு போனான்.

கௌதம் அந்த கடைக்கு போயிட்டு சம்மதமே இல்லாத ஒன்னா பேசிடு வந்தான். கடக்காரரே என்ன எந்த பையன் சம்மதமே இல்லாம பேசுரான்னு யோசிக்கிறாரு.

அவள மிஸ் (தவற விடாம) பண்ணிரக் கூடாதுனு சிக்ரமா போரான். அவள மறுபடியும் க்ராஸ் பண்ணி போக, அவனுக்கு அவ்ளோ சந்தோசம். இனம் புரியாத உணர்வு இதுவர இதுமாதிரி ஒரு பொண்ணப் பார்த்து இந்த அளவுக்கு ஃபீல் பண்ணவே முடியாத அளவுக்கு இருந்துச்சு அந்த உணர்வு.

எப்டி எனக்கு இந்த மாதிரில சின்ன பிள்ளத்தனமா விளையாடனு தோணுதுனு திங்க் பண்ணிக்கிட்டே பஸ் ஸ்டாப்ல வெயிட் பண்றான்.

அவளும் வந்து பஸ் ஸ்டாப்ல நின்னுட்டு இருக்க; அந்த டைம்ல கௌதம் பிக் அப் (அழைத்து) பண்ண வந்த பொண்ணு அவன கண்டு பிடிச்சு வந்துட்டா.

அந்த பொண்ணு அவன் பைக்ல ஏறி போன. கௌதம் அவனோட பைக் கண்ணாடி வழிய அவள பார்க்க, அவ முகத்துல ஒரு சோகம் தெரிரத பாக்குறான்.

அத பார்த்த அவனுக்கு மனசே கேக்கல. கௌதம் அவன் ஃப்-ரெண்ட்க்கிட்ட ஏன்மா இவ்ளோ சீக்கரம் வந்தனு கேக்க ஏன்டா.. உனக்கு எதும் ஒர்க் இருச்சானு கேக்க; ஒர்க்கா... சொல்லிக்கிட்டே அவன் பைக் கண்ணாடி வழிய அவள பார்க்க, அத பார்த்த அவன் ஃப்ரெண்ட் என்னடா அந்த பொண்ண பிடிச்சுருக்கா ஃப்ரெண்ட்டா ஆக்கிடுவோமா?! அப்டினு கேக்க.......

பைக்க உடனே ஸ்டாப் (நிறுத்திய) பண்ண கௌதம், ஃப்ரெண்ட்டா அதெல்லா வேண்டா லவ்வர்ரா ஆக்கிகலாம்னு சொன்னத கேட்ட அவளுக்கு அவளோ ஆச்சரியம். கௌதம் நீதானானு கேக்க; ஆமா, நான் தான்னு சொல்லிட்டு பைக்க ஸ்டார்ட் பண்றான்.

சரி டா அந்த பொண்ணு பேரு என்னனு கேக்க, யாருக்கு தெரி-யும்னு சொன்னத கேட்டது அந்த ஃப்ரெண்ட் என்ன டா இப்டி சொல்ற?; நீ தான் யார்டனாலும் ஈசிய (சுலபமா) பேசிர்வியே அப்ரம் என்னடானு கேக்க.

அத ஏன் மா கேக்க......

அவ பக்கத்துல போனதும் எவ்ளோ பயம் வருது; வார்த்த கூட வரல. இந்த மாதிரி நான் ஃபீல் (உணர்ந்தது) பண்ணதே இல்லனு

சொல்லிட்டு, அவள பார்த்தத பத்தியே பேசிட்டு வந்தான், கௌதம்.

அத கேட்டுக்கிட்டே கௌதம் ஃப்ரெண்ட் அந்த பொண்ணு... சில ஃப்ரெண்ட்ஸ்க்கு கால் பண்ணி கௌதம் பேசுற எல்லாத்தையும் கேக்குற மாதிரி பண்ணிட்டா. அது அப்ப கௌதம்க்கு தெரியாது. அவன் ஃப்-ரெண்ட பாதுகாப்பா இறக்கி விட்டு விட்டுட்டு, அவன் வீடுக்கு போயிட்டான்.

வீட்டுக்கு போனதும் கௌதம் அப்பா என்னடா! இன்னைக்கி என்ன புதுசா நடந்துச்சுனு கேக்க, எதும் இல்லயே பானு சொல்ல, அப்ப அவனுக்கு நியாபகம் வருது நாம பார்த்த பத்தி அப்பாட சொல்லிற்-பாங்களோனு திங்க் (யோசித்து) பண்ணிக்கிட்டே அவன் அவ ஃப்-ரெண்ட்க்கு கால் பண்ணி நீ எதும் அப்பாட சொன்னியானு கேக்க. அவ இல்லபா நான் எதும் சொல்லலனு சொல்ல...

அவனும் அத நம்பி சாப்ட போனான். அவன் அம்மாக்கிட்ட என்ன சாப்பாடுனு கேக்க; அதுக்கு அவன் அம்மா சம்மதமே இல்லாம என்-கிட்டல பேச பயமா இருக்கும் எல்லாருக்கிட்ட பேசுற மாதிரிய என்ட சாதரணமா பேசிர்வீங்களான்னு சொல்ல, அவனுக்கு ஒன்னு புரியல இப்ப இவங்கடதான் பேசுனா அப்ரம் ஏன் இப்டி சொல்றாங்கனு திங்க் பண்ணிக்கிட்டே குடுத்த சாப்பாட வாங்கிட்டு டிவி பாக்க ஹால்க்கு (வீட்டின் முதல் அறைக்கு) போரான்.

ஹால்ல அவன் உட்காந்து சாப்ட்டுட்டு இருக்கும்போது, அவன் அப்பா டிவில பைக்ல ஹீரோ ஹீரோயின் போறத பாத்துட்டு, சே.... இப்டி தான் பைக்ல போனும், அப்த அந்த பைக்க்குகே கேத்துன்னு சொல்லி கலாயிக்கிற (கிண்டல் பண்ணுர) மாதிரியே பேசிட்டு இருந்-தாரு.

அதக்கேட்ட கௌதமுக்கு ஒன்னுமே புரியல. டிவில பைக்ல போர மாதிரி இருந்தா அதுக்கு இருக்கா அப்பா ஏன் இப்படி கலாயிக்கிற மாதிரி பேசுராரு அப்டினு அவனுக்கு தோனிச்சு. ரெண்டு தோசை சாப்-பிட்டுடு இருக்கும்போதே அவன் அம்மா மூணாவது தோசைய வந்து பிளைட்ல (சாப்பாட்டு தட்டுல) போட்டாங்க.

அப்போ கௌதம் அம்மா, அவன பார்த்து பைக் வச்சுருந்து என்ன பிரயோசனம் சொல்லி அங்க இருந்து சமையல் அறைக்கு போயிட்-டாங்க. அத கேட்ட கௌதம் எதும் புரியாம யோசிக்க....

அந்த டைம்ல அங்க ஃப்ரெண்ட் கால் பண்ணி, என்னடா மச்சா இன்னைக்கு ஏதோ ஸ்பெஷல்ல நடந்துச்சு போல, அப்படின்னு கேக்க அப்பதான் அவனுக்கே புரியுது.

அத தெரிஞ்சதும் கௌதம்க்கு பயங்கரமான வெட்கத்துல ரூமுக்-குள்ள (அவன் அறைக்கு) போயிட்டு கதவ மூடிக்கிட்டான். உடனே கௌதம் அப்பா, என்ன மகனே புதுசா வெக்கம்ல படுற. அப்படின்னு அவன் ரூமுக்கு வெளிய நின்னு கேட்டாரு.

கௌதமும் ரூம (அறைய) விட்டு வெளியே வந்து, அது ஒன்னு இல்லப்பா நான் அந்த பொண்ண பாத்த உடனே எனக்கு வந்த ஃபீ-லிங்ஸ் (அன்பு) ரொம்ப டிபெரெண்ட் (வித்தியாச) இருந்துச்சு. அது இதுவர நான் பீல் பண்ணாத ஒன்னுனா இருந்துச்சு பா.

அதுமில்லாம அந்த பொண்ணுக்கிட்ட நான் இன்னும் பேசவே இல்ல. அத, நல்ல பேசி அந்த பொண்ணுக்கு என்ன பிடிச்சிருந்தா.... உங்ககிட்ட வந்து சொல்லானு நினைச்சேன். இந்த காரணத்துக்காக தான் இதுவர உங்கட சொல்லாமலே இருந்தேனு தலையக் குனிச்சுக்-கிடே சொல்லிக்கிட்டு இருந்தான்.

அவன் சொல்ரதக் கேட்ட அவன் அப்பாவும் அம்மாவும் என்னடா நீ முதலே சொன்னா, எப்டில நடந்துக்கனும்னு சொல்லி குடுத்துர்பேன்ல டா; அப்டினு அவன் அப்பா சொல்லிட்டு இருக்க, அவங்க அம்மா ஆமா ஆமா அப்பாவுக்கு பல பொண்ணுங்கள கரெக்ட் பண்ண எக்ஸ்-பிரியன்ஸ் (அனுபவம்) இருக்குன்னு சொல்லி கலாய்ச்சுட்டு இருந்-தாங்க.

அதைக்கேட்ட மூணு பேரும் சிரிச்சுகிட்டே இருக்க.. அந்த நாள் அப்படியே முடியுது. செவ்வாய்க்கிழமை இன்னிக்கி, அந்த பொண்ண எப்படியாச்சும் கண்டுபிடிச்சே ஆகனும்; அப்டினு அவன் ஃப்-ரெண்ட்ஸ்க்கிட்ட சொல்லிட்டு இருந்தான்.

அவங்க ஃப்ரெண்ட்ஸ் எல்லாரும், சரி டா மச்சா நீ கண்டிப்பா அந்த பொண்ண கண்டுபிடிச்சுருவ; அப்படினு சொல்லிட்டு அங்க பக்கத்துல இருக்குற எல்லா இடத்துக்கும் போயிப் பாத்துட்டு இருந்தாங்க.

அந்த நாள் முழுக்கத் தேடியும் அவள கண்டுபிடிக்க முடியல. அவனுக்கு என்ன பண்றதுனே தெரியல; அதுனால கௌதம் ரொம்ப டென்ஷன் ஆகிட்டான். அந்த டைம்ல கௌதம் ஃப்ரெண்ட் அந்த பொண்ணு கால் பண்ணி, என்ன டா.. எதுனா எனட சொல்லமாட்டி-

யானு கேக்க....

அதுக்கு கெளதம் இல்லப்பா உன்டயும் சொல்லி நீயும் முக்கியான வேலைய விட்டுட்டு ஃப்ரெண்ட்ஸ் கூட அலையிற மாதிரி இருக்கன்னுதா எதும் சொல்ல. சரி அந்த பொண்ண பத்தின தகவல் எதும் கேடச்சுதானு கேக்க..... இல்லப்பா எந்த இன்பர்மேஷன் (தகவல்) கிடைக்கல, அப்படின்னு அந்த பொண்ணுக்கிட்ட சொல்லிட்டு இருந்தான்.

அது சரி என்கிட்டே ஒரு வார்த்தை சொல்லி இருக்கலாம்ல டா நானும் கொஞ்சம் தேடி இருப்பேன். சரி விடு நானும் தேடி பாக்குரேன், அப்படின்னு அந்த பொண்ணு சொல்ல... அதுக்கு கெளதம் பாவம் உனக்கு எதுக்கு பா அப்படின்னு சொன்னா. அப்ப நான் உன்னோட ஃப்ரெண்ட் இல்லையா அப்படின்னு அந்த பொண்ணு கேட்டா....

சே சே....

நான் அப்படி சொல்லல...

உன்னையும் அலைய வைக்க வேண்டாமேனு நினைச்சேன்; அதான் உன்கிட்ட சொல்ல அப்படின்னு அந்த பொண்ணுகிட்ட கவுதம் சொல்றான். டேய், நான் தான் டா எல்லாருகிட்டயும் சொன்னது அப்படி இருக்க நானே உனக்கு உதவி செய்யாம இருந்தா அப்படினு சொல்ல....

கெளதம் அப்ப நீ தான் அந்த வேலைய பாத்ததனு கேக்க... அவளும் ஆமானு சொல்லிரா. சரி விடு அதும் நல்லதுக்கு தான் கெளதம் சொன்னான். கெளதமும் அவன் ஃப்ரெண்ட்ஸ்சும் ரெண்டு நாளா தேடிட்டு இருக்காங்க.

இன்னிக்கி வியாழக்கிழமை மார்னிங் (காலையில்), கெளதம் மனசுக்குள்ள என்ன ஆனாலும் அந்த பொண்ணத் தேடி கண்டுபிடிச்சே ஆகனும் அப்படின்னும்; எத்தன நாள், மாச கணக்குல ஆனாலும் நான் கண்டிப்பாக தேடி பிடிப்பேன் அப்படின்னு அவனுக்கு அவனே சபதம் எடுத்துட்டு இருந்தான்.

அந்த டைம்ல அவன் ஃப்ரெண்ட் ஒரு பொண்ணு, கெளதமுக்கு கால் பண்ண கால்ல அட்டன் (எடுத்து) பண்ணு கெளதம் அந்த பொண்ணுக்கிட்ட என்ன விஷயம்னு கேட்க, அதுக்கு அந்த பொண்ணு நான் அந்த பொண்ண பார்த்தேன் டா அவ இங்கதான் இருக்கா சீக்கிரம் வா அவள மீட் பண்ணிடலாம், இப்படி சொல்லி கெளதம அவ ஆபீஸ்க்கு வர சொன்னாள்.

அவனும் அவ கிடைச்சா ஹாப்பில (சந்தோசதுல) சீக்கிரமாவே அங்க போனா. அந்த பொண்ணும் என்னடா இவ்ளோ சீக்கிரம் வந்-துட்ட நான் கூப்டா கூட இவ்ளோ சீக்கிரம் வந்துருக்க மாட்ட போல அப்படினு சொல்லி அவன கலாயிச்சா (கிண்டல் பண்ணா). அந்த ஆபீஸ்ல அவ ஒருத்தி மட்டும் அவனுக்கு ஃப்ரெண்ட் இல்ல, நிறைய பேரு இருந்தாங்க, பொண்ணுங்களும் சரி பசங்களும் சரி.

அதனால அவன கொஞ்சம் கலாயிக்கிற மாதிரி எல்லாரும், டேய் சும்மா சொன்னேன்டா; அத உண்ம நினைச்சுக்கிட்டு பதட்டமா வந்தி-ருக்கியே அப்படின்னு சொல்லி எல்லாருமே கலாயிச்சு சிரிக்க ஆரம்பிச்-சாங்க. அதைக்கேட்டு கெளதமுக்கு அவங்க கலாயிச்சதக் கூட சரின்னு விட்டான். ஆனா அவள பார்க்க முடியலரத அவனால தாங்கிக்க முடி-யால; அதுனால கிட்டத்தட்ட அழுர மாதிரி போயிட்டான்.

அதப்பாத்த எல்லாருக்கும் அப்பதான் கௌதம் எவ்ளோ சீரியஸா (தீவிரமா) அந்த பொண்ண லவ் பண்ற, அப்படின்னு அவங்க இருந்த எல்லாருக்கும் புரிஞ்சது. அதுனால எல்லாரும் அவக்கிட்ட போய் பேசி சமாதானப்படுத்திட்டு இருந்தாங்க. அந்த டைம்ல அவன் ஃப்ரெண்ட் ஒரு பொண்ணு சாரிடா (மன்னிச்சிடு) நான் ஒன்னும் சும்மா சொல்லல நிஜமாகவே அந்த பொண்ண நான் பார்த்தேன் அப்படின்னு சொன்னதும் கெளதமுக்கு அப்பதான் உயிரே வருது.

கௌதம் எதும் பேசாம அந்த பொண்ணையே பார்த்துட்டு இருக்க.. அந்த பொண்ணு சொல்ல ஆரம்பிக்கிறார். அன்னைக்கு அந்தப் பொண்ண நானும் தான் டா பார்த்தேன். அந்த பொண்ணு நான் இன்-னிக்கி எங்க ஆபீஸ்ல வேர டிபார்ட்மெண்ட்ல (துறைல) பார்த்தேன்டா.

அப்போத அங்க போய் விசாரிச்சேன். அந்தப் பொண்ணு ஒர்க் ஜாயின் (வேலைக்கு சேந்து) பண்ணி ரெண்டு மூணு மாசம் தான் இருக்கும், அப்படின்னு சொல்லி சொன்னாங்க அதனாலதான் அந்த பொண்ண பத்தி எனக்கு தெரியாம இருந்துச்சு. ஆனா இன்னிக்கு பார்த்ததும் அந்த பொண்ண பத்தி விசாரிச்சுட்டேன் அப்படின்னு கெளதம்க்கிட்ட அந்த பொண்ணு சொன்னா.

அதைக்கேட்ட கௌதமுக்கு,
"என் உயிரை துச்சமாக எண்ண வைத்த
பெண்ணே!
உன் முகம் காண காத்திருக்கும்

என் மனமே!
நான் சொன்னால் உனக்கு புரியுமா
என் அன்பே!
நான் அனுபவித்த என் மன நிலையே!!"

அவ பேர் என்ன, அவ என்ன பண்ற, எங்க இருக்குற அப்டின்னு எல்லா விஷயத்தையும் அவன் அந்த பொண்ணுக்கிட்ட இருந்து பல கேள்விக் கேட்டுக்குறான். அது எல்லாத்தையும் அந்த பொண்ணு சொன்னதும், ஃ்பிரண்ட்ஸ் எல்லாருக்குமே இந்த நியூஸ் (செய்தி) போகுது.

அந்த பொண்ண பத்தின எல்லா விஷயமும் அவனுக்கு கிடைக்குது. கிட்டத்தட்ட இன்ச் பை இன்ச் (ஒன்னு விடாம) எல்லா இன்பர்மேஷன் (விசயமும்) கிடைக்குது.

அந்தப் பொண்ணு இதே கம்பெனி தானாம். அன்னைக்கு முழுக்க அந்த பொண்ண பத்தி தான் ஆபீஸ் முழுக்க, எல்லாரும் பேசிக்கிட்டு இருந்தாங்க. சொல்ல போனா அந்த கம்பெனி ஃபுல்லா (முழுக்க) பேசிட்டு இருந்தாங்க, அந்த பொண்ண தவிர. கௌதம் அன்னைக்கு முழுக்க அந்த கம்பெனியில இருந்தான்.

அங்க.... ஹீரோயினியான அவள பாத்துட்டு தான் இருந்தான், அந்த நாள் ஃபுல்லா (முழுக்க). இது ஏதும் தெரியாதா ஹீரோயின் எப்-பவும் போல அவ வேலையை பார்த்துட்டு இருந்தா. ஆபீஸ் முடிஞ்சு எல்லாரும் வீட்டுக்கு போக ஹீரோயினும் எப்பயும் போல வீட்டுக்கு போனா. அவ பின்னாடியே ஹீரோவும் போனா, அவனுக்கு அவ்வளவு ஹாப்பி அவள கண்டுபிடிச்சுட்டான்னு.

அவளும் அவ வீட்டுக்கு போயிட்டா, கௌதமும் அவன் வீட்டுக்கு வந்துட்டான். அவங்க அப்பாவுக்கு அவள கண்டுபிடிச்ச விஷயம் தெரிஞ்சு இருக்கு. அவன் அப்பாவும் அம்மாவும் என்னடா பார்த்தியா என்ன விஷயம் அப்டி கேட்டாரு. அப்பதான் அவ பேர சொல்றான் அவ பேரு அனின்யா பா, அவ நான் கடைசியாக ஒர்க் பண்ண கம்-பெனில தான் இப்ப வேலை பார்த்துட்டு இருக்கா.

அவ ஃப்ரெண்டுக்காக தான் வேலைக்கு வந்தருக்காப்பா. அவ ஃப்-ரெண்ட் அந்த பொண்ணு வர வரைக்கும் அங்க தான் ஒர்க் பண்ணுவா அதுவுமில்லாம, அவ சிங்கிள் தான் (யாரையும் லவ் பண்ணல); அத சொல்லிட்டு இருக்கும்போதே கௌதமுக்கு அவ்ளோ சிரிப்பு.

அதை பார்த்து அவன் அப்பா, அவன்க்கிட்ட ஆளு (காதலன்) இருந்தா என்ன பண்ணுவ?, அப்படின்னு சொல்லிக் கேட்டாங்க.

அதுக்கு கௌதம் அவ லவ்வ பிரிச்சு விட்டு, ஏதாவது ஒரு சின்ன கலாட்டா பண்ணியது அவள கரெக்ட் பண்ணிடுவேன், அப்படின்னு சின்னப்புள்ளத்தனமா அவங்க அப்பா அம்மா முன்னாடி சொல்லிட்டு இருந்தான்.

அதுக்கு ரெண்டு பேரும் அடி..... என்ன வேலை பாக்குரன்னு சொல்ற. அந்த பொண்ணு பாவம்டா அப்படின்னு சொல்லி ரெண்டு பேரும் அவன அடிக்க வந்தாங்க. இப்படியே சின்ன சின்ன சண்டையில ஹாப்பியா போச்சு இந்த டேய் (நாள்).

இன்னைக்கு வெள்ளிக்கிழமை அநின்யாக்கிட்ட எப்படியாச்சும் பேசனும்னு கௌதம் நிறைய ப்ளான் பண்ணிட்டு இருந்தேன். எந்த மாதிரி ப்ளான் பண்ணலாம்னு நிறைய யோசிச்சுட்டு இருந்தான்.

அம்மா அப்பா கூட இதைப்பற்றி நிறைய பேசிட்டு இருந்தான். அந்த நாள் முழுக்க அவனுக்கு அப்படியே தான் போச்சு. அந்த ப்ளான்க்கான எல்லாத்தையும் பண்ணுனான்.

சனிக்கிழமை அவக்கிட்ட எப்படியாவது பேசனும்னு நினைச்சான்; இந்த விஷயம் யாருக்கும் தெரியக் கூடாதுன்னு நினைச்சான். அதனால அவளை மீட் பண்ணி பேசிச ஆபீஸ் பக்கம் போக யார்க்கிட்டயும் இத சொல்லக் கூடாதுன்னு மறைந்து மறைந்து போக; ஆனா அவன் பேட் லாக் (துரதிஷ்டம்) , அவன் ஃப்ரெண்ட்ஸ்க்கிட்ட மாட்டிக்கிட்-டான். அதுவும் பொண்ணுங்க ஃப்ரெண்ட்ஸ்க்கிட்ட.

சும்மா விடுவாங்களா ஒரு சேலஞ்ச் (சவால்) பண்ண சொன்னாங்க. சரிப்பா நாங்க சொல்றத செஞ்ச உன்ன கலாயிக்கல. இன்னிக்கு இப்-போவே அந்த பொண்ணுக்கிட்ட நீ போய் ப்ரொபோஸ் பண்ணும். இது-தான் சேலஞ்ச் அப்படின்னு கௌதம்க்கிட்ட அந்த பொண்ணுங்க சொன்-னாங்க. நீ கரெக்டா (சரியா) பண்ணிட்டா அப்படினா கண்டிப்பாக நாங்க உன்ன கலாயிக்க மாட்டோம் அப்படின்னு சொன்னாங்க.

கௌதமும் கொஞ்சம் தைரியத்தை வரவைத்து விட்டு சரின்னு சொன்னா. என்ன தான் அவனுக்கு நிறைய ஃப்ரெண்ட்ஸ் இருந்தாலும் புதுசா இருக்குற நபர்க்கிட்ட சகஜமா பேசினாலும், அநின்யாக்கிட பேசுவதற்கு அவனுக்கு ரொம்ப தயக்கமாகவே இருந்துச்சு. கொஞ்சம் தைரித்த வர வச்சுக்கிட்டு அவக்கிட்ட பேச ஆபீஸ்க்கு பக்கத்துல வச்சு

தான் அவக்கிட்ட பேசணும் நினைச்சான்.

அநின்யாவும் ஆபீஸ் பக்கத்துல வந்துட்டா. அத பார்த்த கௌதம் சரி அவ ஆபீஸ்க்கு போறதுக்குள்ள நாம பேசினும்னு அவள பார்த்து, அவ முன்னாடி போன அவளையே பார்த்துக்கிடு; பாதி தூரம் போன அவனுக்கு பதட்டத்துல என்ன பேசுறதுனு மறந்துட்டான். அதுனால எதுவும் பேசாமல் அவள கிராஸ் (கடந்து) பண்ணி போயிட்டான்.

அத எல்லாத்தையும் கௌதம் ஃப்ரெண்ட்ஸ் எல்லாரும் பார்த்துட்டு-தான் இருந்தாங்க. அப்புறம் அவன் ஃப்ரெண்ட்ஸ்க்கிட்ட கௌதம் போய் பேச... என்ன டா போயி பேச சொன்னா இப்படி சொதப்பிடா அப்-படின்னு கலாயிச்சாங்க. நீங்க கலாயிக்கிறது கூட அக்சப்ட் (ஏத்துக்-லாம்) பண்ணிக்கலாம். ஆனா அவ கிட்ட போய் கண்ணும் கண்ணும் பார்த்து பேசுறது ரொம்ப கஷ்டமா இருக்கு, அப்படின்னு சொன்னான்.

அதைக்கேட்ட எல்லாரும் சிரிச்சுகிட்டே அப்ப அவ கூட பேசாமலே லவ் பண்ணப்போறியா, அப்படின்னு எல்லாரும் சொல்லி கலாயிசாங்க. கௌதமுக்கு ஒரே வெட்கம் தான். அதைப் பார்க்க முடியாத அவன் ஃப்ரெண்ட்ஸ் எல்லாரும் அங்கிருந்து கிளம்பிட்டாங்க.

அப்ப அவனுக்கு ஒரு ஐடியா தோணுது..... அவக்கிட்ட புரோபோஷ் பண்ணிரணும்; ஆனா அதுக்கு முன்னாடியே அநின்யாக்கிட பேச-ணும்னு நினைச்சான். அதுக்காக ஒரு பெரிய பிளான் பண்ணலாம், அவ ஃப்ரெண்ட்ஸ் அண்ட் ஃபேமிலி (நண்பர்களும் குடும்பமும்) எல்லார்க்-கிட்டயும் அதப்பத்தி பேசினான். அந்த பிளானப் பத்தி இனிமே பாக்க-லாம்!.....

அந்த பிளான் என்னன்னா, அநின்யாவ ஃபங்ஷன் டைம்ல வச்சு புரப்போஷ் பன்னீர்னும்; அதும் எல்லாரும் முன்னாடி வச்சு பண்-ணனும்னு நெனச்சான்.

அதுக்காக எல்லாத்தையும் அவசர அவசரமா பண்ணிட்டு இருந்-தான். அந்த டைம்ல கௌதம் ஃப்ரெண்ட் அவனுக்கு கால் பண்ணான். கால் அட்டென்ட் (எடுத்து) பண்ண கௌதம் அங்க இருந்து உடனே கிளம்புனான்.

என்ன விஷயம் அப்படின்னா... கௌதம் ஃப்ரெண்ட் கௌதம பஸ் ஸ்டாப்புக்கு வர சொல்லிருக்கான். என்ன விஷயம் அப்படின்னு கௌதம் பஸ் ஸ்டாப்க்கு போயிட்டு கால் பண்ணான். அவன கௌதம்க்கிட்ட இல்ல மச்சான்... நீ அநின்யா மீட் பண்ணுனு நினைச்சேல, அத உன்-

னையும் அவங்களையும் பேச வைக்க ஒரு பிளான் பண்ணோம் டா ஃப்ரெண்ட்ஸ்சா......

நீ பஸ் ஸ்டோப்க்கு போயி வெயிட் பண்ணு டா. அவங்க அங்கதான் பஸ்ல இருந்து இறங்கி ஆபீஸ் போவாங்க. அதுனால நீ அவங்கள மீட் பண்ணி பேச இது ஒரு நல்ல வாய்ப்பா இருக்குடானு சொல்லிட்டு கால்ல கட் பண்ணிடான்; கௌதம் என்ன சொல்ல கௌதம் என்ன சொல்ல வர்ரான்னுக் கூட கேட்காம அவன் ஃப்ரெண்ட் சொல்லிட்டு கட் பண்ணிட்டு போயிட்டான்.

கௌதமுக்கு இப்ப என்ன பண்ணனும்னு கூட தெரியல. சரின்னு பஸ் ஸ்டாப்ல வெயிட் பண்ணலாம்னு நிக்கிறான். ஆனா ரெம்ப நேரம் ஆகிடுச்சு. அநின்யா வர மாதிரி தெரியல. அதுனால, கௌதம் அவன் ஃப்ரெண்ட்க்கு என்ன டா இன்னும் வரல, நீ கரெக்ட்டாதா (சரியாத) சொல்றியானுக்கேக்க, அதுக்கு அவன் சாரி மச்சா உன்ன கொஞ்சம் சீக்கிரமா வர சொல்லிட்டேனு சொல்லிட்டு கட் பண்ணிட்டான்.

கௌதம் சரி மத்தா விசயம் எண்ணச்சுன்னு பாத்துட்டு வரலான்னு கேலம்பிட்டான். ஒரு மணி நேரம் கழிச்சு வர்ர கௌதம் சரியா அநின்-யாவ பார்த்துறான். அதுனால தெரியாத மாதிரி நடந்துகணும்னு அவள பார்க்காத மாதிரி பைக்க ஓட்டிட்டுவர்ரான். அந்த டைம்ல மழை வர கௌதம் அந்த பஸ் ஸ்டாப்க்கே போயிறான்.

அநின்யா, கௌதம் பக்கத்துல வர்றத பார்த்ததும், அங்க இருந்து போயிடலாமனு தோணுது. ஆனா, அவன் மைண்ட்க்குள்ள " டேய் நீ என்ன அவள கடத்தவா போரா?! லவ் பண்ற டா; அவட நீ பேசத போரா அதுக்கு ஏன் டா இப்டி பயப்டுரா. தைரியமா பேசு போ..." இப்டி அவன் மைண்ட் வாய்ஸ் சொல்லிச்சு.

ஒரு சின்ன நம்பிக்கைல கௌதம் முதல் முறையா அநின்யாக்கிட பேசுறான்; 'ஹிய்' அத கேட்ட அநின்யா குடுத்த ரியாக்க்ஷன்ல கௌதம் நெனச்சான்..... நம்ம அடிச்சுர்வாலோனு. ஆனா, கௌதம் சரியா பேசி சமாலிச்சுட்டான்.

அப்ரம் ரெண்டு பேரும் நல்லா பேசிகிட்டே நடந்து போயிருக்காங்க. அந்த டைம்ல அநின்யாவுக்கு பசி எடுக்க வயிற்றிலிருந்து லைட்ட சௌண்டு வந்ததக்கேட்ட கௌதம் காபி குடிக்கலாமா அப்படின்னு கேட்-டான். கௌதம், என்ன சொல்ல போரான்னு அநின்யாவ பாத்துட்டே இருந்தான். அவளும் சரின்னு அவக்கிட்ட சொன்னாள்.அவ கிட்ட

பேசிட்டு இருந்தாலும் அவன் மனசு முழுக்க அனின்யா மட்டும்தான் இருந்தா, அவ சிரிப்பு ஹேப்பினஸ் (சந்தோசம்) எல்லாமே அவன் மனசுலே இருந்துச்சு.

அந்த டைம்ல அனின்யாக்கு லேட்டாயிடுச்சுனு கௌதமுக்கு கவனிச்சான். அவ அங்க இருந்து போகும் போது கூட அவன் தடுக்க-வில்ல. என்னதான் சண்டே ஒர்க் (ஞாயிற்றுக்கிழமை வேலை) பிளான் கௌதம் போட்டதுனாளும் அவ விருப்பத்துக்கு முக்கியத்துவம் கொடுக்-கனு நினைச்சான்.

இன்னிக்கி மண்டே (திங்கள்கிழமை), இன்னிக்கு தான் கௌதம் பிளான் பண்ணுனது நடக்க போகுது. பங்க்ஷனும் இன்னைக்கி தான். அதனால எல்லாரும் சேர்ந்து அனின்யாவ நல்ல டிரஸ் (ஆடை) போட்டு வர சொன்னாங்க. ஏன்னா இந்த பங்க்ஷன் அவளுக்காகத்தான் இல்லையா அதனால தான்.

எல்லாமே சரியா ரெடியா இருக்கு அந்த டைம்ல கரெக்டா அனின்-யாவும் வர்ரா. கௌதம கையிலே பிடிக்க முடியல எல்லாரும் கொஞ்சம் பொறுமையா இருடானு சொல்லி சமாதானப்படுத்திட்டு இருக்காங்க. அவன் ஹாப்பியா இருக்குரதையும் பதட்டமாக இருக்குரதையும் காட்-டாம இருக்க எல்லாரும் கௌதம சுத்தி நின்னுட்டாங்க.

ஒரு சூப்பரான சந்திப்பக் கொடுக்கணும்னு எல்லாரும் விலகி, அனின்யா கௌதம பாக்குற மாதிரி நின்னாங்க. கௌதம் சின்ன ஸ்மைல் கூட ஹாப்பியா அனின்யாவப் பார்த்தான்.

கௌதம் நேரா அனின்யாக்கிட்ட போய் பேச ஆரம்பிச்சான். ரெண்டு பேரும் நடந்துக்கிட்டே இருக்க கௌதம் பேச நாம்ம ரொம்ப தூரம் வந்-துட்டோம் இல்ல அப்டின்னு சொல்ல. அது கேட்டா அவ என்ன பதில் சொல்லியிருப்பான்னு முதல் எபிசோட் (பாகத்துல) பார்த்தோம்.

இப்படி சொன்னதைக் கேட்ட கௌதம், சரி ஒரு பைவ் மினிட்ஸ் (ஐந்து நிமிடம்) எனக்காக கொடுக்க முடியுமா அப்படின்னு கேட்டான்

அநின்யாக்கிட்ட; அநின்யாவும் தயக்கத்துல சரின்னு சொன்னா. கௌதம் அநின்யாவ பைக்ல உக்கார சொல்ல எல்லாரையும் திரும்பி பார்த்துடு அநின்யாவும் உட்கார்ரா.

அதை பார்த்த எல்லாருமே ரொம்ப ஹாப்பியா இருந்தாங்க கௌதம் நீங்க பைக்ல கூட்டிட்டு பத்து நிமிஷம் ட்ராவலர் ஒரு பிளேஸ்ச அடை- யிறான். அங்க..... அவப் பார்த்த விஷயம் அவள ரொம்பவே ஆச்சரி- யப்பட வைத்தது. ஆச்சரியம் மட்டும் இல்லாம ரொம்ப ஹாப்பியா ஃபீல் பண்ணுனா.

ஏன்னா, அங்க பார்த்த விஷயம் அப்பா அம்மா, ஃபிரண்ட்ஸ்னு அநின்யா ஃபேமிலி மட்டும் இல்ல கௌதம் ஃபேமிலியும் அங்க தான் இருந்தாங்க.

இதுதான் கௌதம் குடுக்க நெனச்ச ஒரு சர்ப்ரைஸ் (இன்ப அதிர்ச்சி). இதுக்கு அப்புறம் என்ன நடந்துச்சுன்னு மூன்றாவது பாகத்- துல தெரிஞ்சுக்கலாம்!......

மூன்றாவது பாகம் தான் கடைசி பாகம்!.....

3

<div align="center">~~~</div>

<u>மூன்றாவது பாகம் (3)</u> :

இது வாழ்வின் அர்த்தம் கதையின் மூன்றாவது பாகம் மற்றும் கடைசி பாகமும் கூட. இதுவரை என் கதையை வசித்ததற்கு,

_மிக்க நன்றி!!_

ஃப்ரெண்ட்ஸ்!!!

அநின்யா கடைசியாக அவ பார்த்தது.....

அவளோட முக்கியமானவர்களான அப்பா, அம்மா, அவ ஃப்-ரெண்ட்ஸ் இப்டி எல்லாரும் அங்கதான் இருந்தாங்க.

அவங்க மட்டுமில்ல.....

கௌதம் ஃப்ரெண்ட்ஸ் அண்ட் ஃபேமிலி (நண்பர்கள் மற்றும் குடும்-பம்) கூட அங்கத இருந்தாங்க. கௌதம், அநின்யாக்கிட்ட பேச ஆரமிச்சான்.

"உனக்கு என்ன பிடிக்கும்னு நெனைக்கிறேன்?!!"

"நான் இதுவர பார்க்காத ஒரு பொண்ணு நீ; உன்கிட்ட அழகையோ பணத்தையோ எதிர்ப்பார்த்து வரல. நீனா எனக்கு எவ்ளோ பிடிக்கும்னு சொல்ல தெரியல. நான் உன்ன ரெம்ப லவ் (அன்பு) பண்றேன். உன்-னோட வாழ்க்கை முழுக்க என்னோட காதல தாங்கிக்கிட்டு என்னோட வாழ சம்மதமா?!".

அநின்யா அவனையே பார்த்துடு இருந்தா......

உனக்கு என்ன பிடிக்கலனா சொல்லு நான் அதையும் ஏதுக்குரேன். உன்னோட விருப்பமே! என்னோட ஆசை. உனக்கு விருப்பம் இல்-லைனா சொல்லிரு கூச்சப்பட வேண்டா. நீ எது சொன்னாலும் நான்

ஏதுக்குறேன். இப்டி சொல்லிட்டு கௌதம் அமைதியா வெயிட் (காத்தி-
ருந்தான்) பண்ணான், அநின்யா பதிலுக்காக.

கௌதம் என்னதா அமைதியா வெயிட் பண்ணாலும், மனசுக்குள்ள
அநின்யா என்ன சொல்ல போராான்ற நெனப்பு ரெம்பவே கௌதம பதட்-
டப் படுத்துச்சு.

"உன்னைக் காண என்னை உணரா......

தவம் இருந்தேன்!

உன்னைக் கண்ட பின், நான் அறியாத

தவத்தின் அர்த்தம் புரிந்தேன்!!

கண்கள் காணாத உணர்வின் காதலே.....

உனை சேர வந்தேன்!!!

உன் முகம் பார்த்து என் காதலை சொல்லி,

என் வாழ்வின் அர்த்தம் காண வந்தேன்!!!!"

அநின்யா கௌதம்கிட்ட பேச ஆரமிச்சா, "நீங்க என்ன எப்ப
இருந்து லவ் பண்றீங்க?!, என்ன எப்டி கண்டுப்பிடிச்சீங்க?!!..... இப்டி
கேள்விகளா கேக்க ஆரமிச்சதும்....

கௌதம் உடனே,

வெயிட் வெயிட் .....

நானே முதல இருந்து மொத்தத்தையும் சொல்றேன் அப்டின்னு
சொன்னான்.

நான் கிட்டத்தட்ட ஒரு வருசமா........

கொடைக்கானல்ல ஒரு கம்பெனில பிளவர்ஸ்ச (பூக்கள்) பத்தின
இன்ஃபர்மேஷன் கலெக்ட் (தகவல்கள சேகரிக்ர) பண்றது தான் என்-
னோட வேலயா இருந்துச்சு.

அதுக்காக நான் ஃபேமஸ்சான பிளவர் ஷாப்க்கு (பிரபலமான பூக்-
கடைக்கு) போய் பாக்குரது தான் நான் வேலையா பண்ணுவேன். அது-
னால பிளவர்ஸ் இருக்கிற எல்லா பிளேஸ்க்கும் நான் விசிட் பண்ணிர்-
கேன் (போயிருக்கேன்). அதுல லாஸ்ட்டா (கடைசியா) இருந்தது ஒரு
உயரமான பகுதி தான். அத விட ரொம்ப உயரமான இடத்துக்கெல்லாம்
போயிருக்கேன்.

அங்கிருந்து அந்த முழு சிட்டியும் பாக்கலாம். அந்தளவு உயரமான
இடத்துல கிட்டத்தட்ட நெறயா இன்ஃபர்மேஷன் கலெக்ட் (தகவல் சேக-
ரிச்சு) பண்ணி குடுத்துருக்கேன். அந்த இடத்துக்கு நெறயா டைமும்

போயிருக்கேன்; எப்பவும் அங்க ஸ்பெஷலான பூக்கள் தான் வந்து இறங்கும்..

ஒரு ரெண்டு வருஷத்துக்கு முன்னாடி அந்த வேலைய பார்த்துட்டு இருந்தேன். அப்போ நான் ஒர்க் பண்ணி பத்து மாசம் தான் ஆகிருந்துச்சு. அந்த டைம்ல புதுசா வந்துருந்த பூக்கள பத்தின தகவல கலெக்ட் பண்ண போனேன். அப்போ நான் பூக்கள விட அழகான உன்னப் பார்த்தேன்.

அங்க நீ......

நான் பாக்கணும்னு வந்த, அந்த பூக்கள உன்னோட கையில வச்சுருந்த. உன்ன பார்த்த அந்த நிமிஷமே நான் முதல் முறையாக இதுவர ஹேப்பியாகாத அளவுக்கு ஃபீல் பண்ணேன்.

அப்பவே உன்கூட பேசணும்னு நெனச்சேன். ஆனா... அந்த டைம்ல அதிகமான கிரவுடா (கூட்டமா) இருந்துச்சு. அதுவுமில்லாம உன்னோட ஃப்ரெண்ட்ஸ் கூடவே இருந்தாங்க.

சரின்னு தைரியத்த வரவச்சு, உன்கிட்ட பேசணும் வந்துட்டு இருந்தேன். ஆனா, அதுக்குள்ள நீயும் உன்னோட ஃப்ரெண்ட்ஸ்லம் அங்கிருந்து போயிடீங்க. உன்ன தேடி எல்லா இடத்துக்கும் போனேன். கிட்டத்தட்ட நீ இருந்த பிளேஸ் (இடம்) எல்லாத்தையும் கண்டுபிடிச்சேன்.

ஆனா.... கொஞ்சம் லேட்டா கண்டுபிடிச்சிட்டேன் போல.....

அங்கிருந்து ரூம வெக்கேட் (காலி) பண்ணிட்டு போயிட்டதா சொன்னாங்க. இதுவர நான் இப்படி ஒரு பொண்ணுக்காக அலஞ்சது இல்ல. உனக்காக அலஞ்சத என்னோட எல்லா ஃப்ரெண்ட்ஸ்க்கிட்டயும் சொல்லிட்டு இருந்தேன். நான் சொன்னத யாரும் நம்பல. நான் ஒரு பொண்ணுக்காக இந்த அளவுக்கு அதும் லவ்க்காக, இந்த அளவுக்கு படட்டமா, சீரியசா இருந்ததுல்ல.

கிட்டத்தட்ட ரெண்டு மாசமா...... உன்ன தேடி.... அங்க இருக்குற எல்லா இடத்துக்கும் போனேன். ஆனால் உன்ன பத்தின இன்பார்மேஷனும் கிடைக்கல, நீயும் எனக்கு கிடைக்கவே இல்ல. அதனால நான் ரெம்பவே ஃபீல் பண்ணேன். இந்த அளவுக்கு நா... ஃபீல் பண்றத பார்த்த என்னோட ஃப்ரெண்ட்ஸ் எல்லாரும் எனக்காக ஹெல்ப் பண்ண நெனச்சாங்க. உன்ன யாரும் பாத்ததுல்ல. இருந்தாலும் என்னோட ஃப்ரெண்ட்ஸ், அப்பா அம்மா எல்லாரும் ஹெல்ப் பண்ண முயற்சி பண்ணாங்க.

ரெண்டு வருஷம் கழிச்சு.......

நான் உன்ன பாத்த அப்பவே, உங்கிட்ட பேசணும்னு நெனச்சேன். ஆனா முதல் சந்திப்பிலேயே பேச ஆரம்பிச்சுட்டா..... எங்க என்ன தப்பா நெனச்சுபியோனு தான் எதும் தெரியாத மாதிரி நடந்துகிட்டேன்.

நா..... மட்டும்தான் உன்ன பாத்திருக்கேன். என்னோட ஃப்ரெண்ட்ஸ் யாரும் பார்த்ததில்ல. அப்டி இருக்க...... எனக்காக நான் குடுத்த சின்ன சின்ன இன்ஃபர்மேஷன வச்சு உன்ன தேடுனாங்க. ஆனா, ஒன்னு சொல்ல முடியும்; நான், உன்ன தேடி அலையதா இடமில்ல.

லாஸ்ட்டா உன்ன கண்டுபிடிச்சிட்டேன்!!!!!

ஐ அம் சோ லக்கி!!!! (நான் ரெம்ப குடுத்துவச்சவன்)

எல்லாருக்கும் தான்...... தேடுற பொண்ணு கிடைக்கனூர எந்த அவசியமில்ல. ஆனா, எனக்கு கிடைச்சிருக்கு. கௌதம் இப்டி எல்லாத்-தையும் சொல்லி முடிக்க.... அநின்யா அவன ஷாக்கா பாத்துக்கிட்டே இருந்தா.

கௌதம் அவகிட்ட என்ன ஆச்சுனு கேக்க..... நான் உங்ககிட்ட சில விஷயங்கள சொல்லலாமா?!!...... அப்படின்னு தயக்கத்தோட சொன்னா. கௌதம் சரின்னு தலையாட்ட..... நீங்க சொன்னது உண்-மதா. நான், என்னுடைய ஃப்ரெண்ட்ஸ் எல்லாரும் கொடைக்கானல் போனோம். நான் நிறைய இடங்களுக்கு போயிருக்கேன். சொல்லபோன கொடைகானல்கே நெறைய தடவ போயிருக்கேன். ஆனா, அன்னிக்கி எப்பவும் இல்லாத அளவுக்கு ஹாப்பியா ஃபீல் பண்ணேன். ஏன்...... எனக்கு இப்டி ஃபீல் ஆச்சுன்னு எனக்கே புரியல.

ஏன்னா நான் கொஞ்சம் சைலண்ட் (அமைதி). யாருகிட்டும் அதி-கமா பேசமாட்டேன். எனக்கு 5 ஃப்ரெண்ட்ஸ்ச தவற வேர எந்த ஃப்-ரெண்ட்ஸ்சும் இல்ல. வேற யாரையும் பேசவும் மாட்டேன். சொல்ல போனா எஞ்சாய் பண்ண மாட்டேன்.

என்ன தான் நான் கொடைகானலுக்கு நெறய தடவ வந்துர்ந்தாலும், அது மேல பெரிய இன்ட்ரஸ்ட் (விருப்பம்) இல்ல. எனக்கு எதையும் பெருசா ரசிக்க தெரியாது. ஆனா, அங்க பார்த்த ஃப்ளவர்ஸ் (பூக்கள்), மலைகள், உயரமான இடம் இதெல்லாமே எனக்கு பிடித்திருந்தாலும் அது மேல எனக்கு அதிகமான ஈர்ப்பு இல்ல. நாங்க கடைசியா போன ஒரு இடத்துல நான் பார்த்தத விட அவங்க நிறைய விஷயங்கள் கம்-மியா தான் (குறைவா) இருந்துச்சு. இருந்தாலும், அன்னிக்கு ரொம்ப

ஹேப்பியா இருந்தேன். எனக்கு அது ஏன்னு புரியவில்ல.

எந்தவித காரணமும் இல்லாம, எல்லா பிளவர்ஸ் மேலேயும் எனக்கு சின்ன சின்ன ஈர்ப்பு வர ஆரம்பிச்சது. சுத்தி இருந்த எல்லாத்தையுமே ரசிக்க ஆரம்பிச்சேன். நான் புது மனுஷியாக வர்ற மாதிரி நானே உணர்ந்தேன். என்னோட ஃப்ரெண்ட்ஸ்க்கு கூட புரியல. நான் ஏன் இப்-படி வித்தியாசமாக நடந்துகுறேனு. நான் அங்கிருந்தபோ கிடைச்ச ஃபீல் என்னோட லைஃப் (வாழ்க்க) முழுக்க தொடர்ந்தது.

அந்த ஃபீல் நான் அங்க போனாதா கிடைக்குமா?! இல்ல அங்க போனதா நான் எப்பயும் போல சாதாரணமா நடந்துகுவேனானு கூட எனக்கு தெரியல. ஆனா, அந்த உணர்வு எல்லாத்தையும் என்னால எப்பயுமே மறக்க முடியாத மாதிரி இருந்துச்சு.

எங்களுக்கு (ஃப்ரெண்ட்ஸ் கூட) கொடைக்கானல் போகக் கூடுத்த டைம் மூனு நாள்தான். அன்னைக்கு தான் நாங்க அவசர அவசரமா ஊருக்கு கிளம்புனோம். டிரைவிங்ல ப்ராப்ளம் (வண்டில பிரச்சன) இருந்ததால், நாங்க எல்லாரும் ரோட்டுல ரொம்ப நேரமா வெயிட் பண்-ணிட்டு இருந்தோம்.

சொல்லப்போனா நாங்க ஃப்ரெண்ட்ஸ்சா கொடைக்கானல் போக காரணமே...... எங்களுடைய சயின்ஸ் ப்ராஜெக்ட்காக (அறிவியல் ஆராய்ச்சி) தான். அதுனால லாஸ்ட்டா (கடைசியா) ஒருத்தர மீட் பண்ண அங்க வந்தோம். அவர் எங்களுக்கு ஹெல்ப் பண்ணுவாருனு சொன்னாங்க. அதுக்காக நாங்க எல்லாரும் ரொம்ப நேரமா வெயிட் பண்ணிட்டு இருந்தோம். அந்த டைம்ல நான் ஏதோ என்ன பார்க்க யாரோ வர்றாங்க மாதிரி ஃபீல் பண்ணேன்.

எதுக்காக இப்படி வித்தியாசமா நடக்குதுன்னு தெரியல...... ஆனா, நான் நெனச்சேன்.... மூணு நாளா பிளவர்சையும் மலைகளையும் பாத்-துட்டு இருக்கேன்லயா....., அதுனாலதா எனக்கு தான்.... ஏதே ஆயி-டுச்சுனு நினச்சேன். ரொம்ப நேரம் வெயிட் பண்ணியும் அவர் வரா-ததால், நாங்க அங்கிருந்து கிளம்பிட்டோம். அந்த டைம்ல எனக்கு இருந்த கவலைய சொல்லி புரிய வைக்க முடியல. ஃப்ரெண்ட்ஸ் எல்-லாரும் என்கிட்ட கேட்டாங்க...... எதுக்காக வித்தியாசமா நடந்துகுற..... உனக்கு தான் இந்த இடம் பிடிக்கலையே அப்புறம் ஏன் இப்படி ஃபீல் பண்றேன்னு கேட்டாங்க.

அவங்க கேட்ட கேள்விக்கு எனக்கு பதில் தெரியல. அவங்கக்கிட்ட நான் என்ன ஃபீல் பண்றேன்னு சொல்லி...... புரிய வைக்க தெரியல. உண்மைய சொல்லப் போனா எனக்கே என்னனு தெரியல. நான் பழைய நிலைக்கு வர்றதுக்கு கிட்டத்தட்ட ஒன்ர வருஷம் எடுத்துகிட்டேன். என்னதான் நான் சாதாரணமாக நடந்துகிட்டாலும், அங்க இருந்து கிடச்ச ஃபீல், ஹேப்பியான ஃபீல்லும் என்ன ரீசனே (காரணமே) இல்லாம வருத்தப்படவச்சது; யார்கிட்ட எப்டி ஷேர் (சொல்லணும்னு) பண்ணுனே தெரியல.

ஒரு விசயம் மட்டும் நல்ல தெரிஞ்சது நான் யாரையோ ரெம்ப மிஸ் பண்றேன்னு.

கடைசியாக நான் உன்ன பாத்த அந்த நாள் வித்தியாசமான சந்தோஷம், நான் பாக்கணுனு நெனைச்ச ஒருத்தர பாத்துடேனு உணர்ந்தேன். எனக்குள்ளேயே நெறய திங்க் பண்ணேன். அப்ரம் தான் நான் யார இத்தன நாள மிஸ் பண்ணேனு தெரிஞ்சது.

நான் உன்ன பாத்த ரெண்டு நாளுளே என்னோட ஃப்ரெண்ட்ஸ் எல்லாருக்கும் தெரிச்சது. நான் வித்தியாசமா நடந்துகுறது. என்ன சுத்தி என்ன நடக்குனு தெரிச்சுக்க நெனச்சாங்க. அப்பதா உன்ன பார்த்தாங்க. என்னோட ஃப்ரெண்ட்ஸ் எல்லாருக்கும் உன்ன தெரியும். என்ன தவற... அப்ப அவங்க சொல்லிதா தெரியும்; கொடைக்கானல்ல உன்ன மீட் பண்ணதா நாங்க வெயிட் பண்ணினோம்னு.

ரெம்பவே திங்க் பண்ணேன். நான் ஏன் இப்டி இருக்கேன்னு....... நான் உன்ன பார்க்கும் போது மட்டுதான் இப்டி வித்தியாசமா ஃபீல் பண்றேன். இத்தன வருசமா நான் உன்னதா டா மிஸ் பண்றே.

எந்த அளவுக்குனு தெரில.....

நீ என்கூட லைஃப் லாங் இருந்த நான் இதுவர அனுபவிக்காத சந்தோசத்த அனுபவிப்பேன்.

இல்ல.........

நான் ஏன் இவ்ளோ தனியாமைய இருக்கேன்ற நெனப்பே என்ன அதிகமா பாதிக்கும்.

ஒரு வேள வேர யாரையாச்சும் கல்யாணம் பண்ணிர்ந்தாலும், அந்த வாழ்க்க ரெம்ப சந்தோசமா இருந்துர்தாலும், நான் ரெம்ப கஷ்டப்பட்டுற்பேன். நான்..... இன்னும் கொஞ்சம் வெயிட் பண்ணிரக்கலானு தோணிருக்கும்.

ஆனா நான் அதுக்குள்ள உன்ன பாத்துட்டேன்.

யூ ஆர் மை ஸ்பேசல் கிஃப்ட் டா......

(நீ என்னோட சிறப்பான பரிசு).......

கௌதம் சிரிச்சுகிட்டே...., என்ன பேசிகிட்டே டா போட்டு பேசுற.....

என்ன.... உனக்கு அவ்ளோ பிடிக்குமா... டி....

நீ....... கூடதா.... என்ன டி... போட்டு கூப்ட, அப்ப உனக்கு என்ன ரெம்ப ரெம்ப பிடிக்குமா?!!.....

கௌதம்.......

கௌதம் சிரிச்சுகிட்டே....

நீனா எனக்கு ரெம்ப ரெம்ப....... பிடிக்கும் டி... உன்னோட லைஃப் லாங் சின்ன சின்ன சண்ட போட்டுக்கிட்டு, மொத்த லவ்வும் உனக்காக, உனக்கு பிடிச்சத மட்டும் குடுத்து, உங்கூடவே பல வருஷம் வாழ ஆசப்படுறேன்.

"என்ன கல்யாணம் பண்ணிக்கிறியா?!!..."

கௌதம் இப்டி சொன்னதக் கேட்டத அநின்யா, ஆனந்த கண்ணீ-ரோட சிரிச்சுகிட்டே சாரினு தலையாட்டுனா.

ரெண்டு பேரும் சந்தோசத்துல ஓடி வந்து ஹக் பண்ணிக்கிட்டாங்க. அநின்யா, நான் இப்பவே பண்ணிக்ரே.... எனக்கு கல்யாணம் பண்ண சம்மதம்....

அதுக்கு கௌதம் சின்ன சின்ன கண்ணீர் துளிகளோட சிரிச்சுகிட்டே, "கல்யாணம் பண்ணத சம்மதமா?!! என்ன கல்யாணம் பண்ணிக்க விருப்-பமில்லயா......

கௌதம ஹக் பண்ணிட்டு இருந்த அநின்யா, காமெடியான (போலி-யான) கோவத்துல ச்.......... போடா........ நான் உனக்காக........ எதுக்கு வெயிட் பண்றேனே........ தெரியாம வெயிட் பண்னே. தெரிஞ்சதுக்கு அப்ரம் எவ்ளோ சந்தோஷமா ஓகே சொல்றே..... நீ என்னடான்னா....

என்ன கிண்டல் பண்ற.....

கோச்சுகிட்ட அநின்யாவ கௌதம், சரி டி... சும்மாத சொன்னேன். சரி... வா.... நம்மளுக்காக ஆங்க எல்லாரும் வெயிட் பண்றாங்க. போலாமா......

அநின்யாவும் சிரிச்சுக்கிட்டே கௌதம் கூட எல்லாரையும் மீட் பண்ண ஃபேமிலி இருக்குர இடத்துக்கு போனாங்க. கௌதம் அன்ட் அநின்யா ஃபேமிலில இருந்த எல்லாரும் கௌதமுக்காவும் அநின்யா-

வுக்காகவும் வெயிட் பண்ணிட்டு இருந்தாங்க.

கௌதம் வீட்டுலயும், அநின்யா வீட்டுல உள்ளவங்களுக்கு கல்யாணத்துல ரொம்ப சந்தோஷம். ரெண்டு பேருக்கும் கல்யாணம் பண்ண சம்மதிச்சாங்க. எல்லாரும் கல்யாணத்தப் பத்தின விசயங்கள சந்தோஷமா பேசிக்கிட்டு இருந்தாங்க.

ஆனா, அநின்யா கௌதம் ரெண்டு பேரும் ஒருத்தர ஒருத்தர் பாத்துக்கிட்டே இருந்தாங்க. அடுத்த நாளே நிச்சயதார்த்தம்; அதுக்கான எல்லா ஏற்பாடும் உடனே செய்ய ஆரமிச்சாங்க.

அனைக்கி நைட் முழுக்க...... ஒன்னுள்ள..... ரெண்டு பேரும் முதல் தடவையா மீட்ட பண்ணத பத்தி நெனச்சு பாத்து சிரிச்சுட்டு இருந்தாங்க. ரெண்டு பேருக்குமே ஒருத்தர்கிட்ட ஒருத்தர் பேசணும்னு தோணுச்சு. மாத்தி மாத்தி கால் பண்ண ஆரமிச்சாங்க. ரெண்டு மூணு கால் பண்ணதுக்கு அப்ரமா........ கௌதமுக்கு தான் கால் கனெக்ட் (இணைப்பு) ஆச்சு.

ரெண்டு பேரும் ரொம்ப நேரம் நைட் (ராத்திரி முழுக்க) பேசிட்டு இருந்தாங்க. அடுத்த நாளும் வந்துச்சு. நிச்சயதார்த்தத அநின்யா வீட்ல நடந்துனாங்க. அந்த நாளோட சாந்தரத்துல (மாலை பொழுதுல) நிச்சய ஏற்பாடுப் பண்ணீர்ந்தாங்க. கௌதம் வீட்ல இருந்து எல்லாரும் வந்துடாங்க. நிச்சியதுக்கு தேவையான எல்லாத்தையும் எடுத்துவச்சுட்டு இருந்தாங்க. அதுனால எல்லாரும் பரபரப்பா இருந்தாங்க.

அத காரணமாகவச்சு கௌதம், அநின்யா ரூமுக்கு ரகசியமா போகலானு நெனச்சான். அநின்யா ரூம் மாடில இருந்துச்சு. ஆனா, கௌதம் ரகசியமா போகுறதா நெனச்சு எல்லாரும் பாக்குற மாதிரி போனான். எல்லாரும் அதுக்கு ஏத்த மாதிரி சத்தம் வராம சிரிச்சுட்டு இருந்தாங்க.

அநின்யா ரூமுக்குள்ள போன கௌதம், ரொம்ப அழகா அலங்காரம் செஞ்ச அநின்யாவப் பாத்த கௌதம் சின்ன சிரிப்போட, என்ன..... அலங்காரம்லா சம்மயா இருக்கு... எனக்காகவ?!!!....... இதெல்லாம்......... இல்ல...... மிஸ்டர் கௌதம். இதே டைம்ல வேற ஒரு பைய என்ன பொண்ணு பாக்க வர்றதா சொன்னாங்க. அதா........ என்ன டி.... நாக்கலா....

பின்ன என்ன டா உனக்காகதா இவ்ளோ அழகா அலங்காரம் பண்ணிற்கேன்.

என்னக்காகவானு கேக்குற.... சரிமா கோவப்படாத, உன்ன... நா... கிண்டல் பண்ணலோனா எப்டி டி.... "நான் மட்டும்தான் கிண்டல் பண்ணுவேன்....

மத்த யாரையும் கிண்டல் பண்ணவிட மாட்டேன். அது என்னோட ஃப்ரெண்ட்ஸ்சா இருந்தாலும்...."

ஓகே?!!...... அதுக்கு அநின்யா சின்னதா சிரிச்சுகிட்டே

அதெல்லா இருக்கட்டும்..., என்னோட ரூமுக்குள்ள எதுக்கு வந்தீங்க....... கெளதம் அதுக்கு இல்ல..... ஏதாச்சும் சின்னதா இன்டர்ஸ்டிங்கா (சுவாரஸ்யமா) பண்ணலானு...... என்ன சொல்லவரீங்க...... இல்லமா... அதா சும்மா சின்னதா.... டேய்..... என்ன டிஃப்பரண்ட்டா (வித்தியாசமா) நடந்துகுற.... டிஃப்பரண்ட்டா பண்ணலாமேனு பாத்தே......

என்ன அதுனு அநின்யா கேக்க..., கெளதம் சின்ன சிரிச்சுகிட்டே அநின்யா பக்கத்துல வந்தான். அதுமா........

அநின்யாக்கு புரிஞ்சுருச்சு. என்ன கெளதம் அட்வாண்டேஜ் எடுத்துக்குற மாதிரி இருக்கே.... கெளதம் அதுக்கு, என்ன.....டி.... கட்டிக்க போரவன பேரு சொல்லிக் கூப்புற. அப்ப.... கட்டிக்க போர பொண்ணு ரூம்ல உங்களுக்கு என்ன வேல....... என்னமா இப்டி சொல்ற நான்தான மாப்ள...... நான்தான உள்ள வரணும். அப்டி சொல்லிட்டு, கெளதம் மலுப்பிகிட்டே இல்லமா..... உன்ன பாக்க இவ்ளோ வருஷமா ரெம்ப கஷ்டப்பட்டேன்ல.... அப்போல..... உன்ன பாத்ததுக்கு அப்ரம் என்னால..... பண்ணனும் ஒரு பிளானே பண்ணி வச்சுருக்கேன். எது....... இல்லமா நீ.... நெனைகிற மாதிரி இல்ல டி......

அதெல்லா ரெம்ப சர்ப்ரைஸ்சா, ஹாப்பியா இருக்கும். அது ஒவ்வனும் கண்டிப்பா நம்ம லைஃப்ல காட்டுவேன்.... எப்பயுமே லைஃப் லாங் (வாழ்க்க முழுக்க) இப்டி தான் நடந்துகுவேன். அத கேட்ட அநின்யா, கெளதம பின்னாடி கூடி ஹக் பண்ணிப்பா. கெளதம் சிரிச்சுக்கிட்டே, திரும்பி ஹக் பண்ணிக்கிட்டான். கெளதம்.... நாம ரெம்ப நேரமா ஹக் பண்ணிட்டு இருக்கோம்ல......

உடனே கெளதம் ஆமால; கீழ எல்லாரும் வெயிட் பண்ணிட்டு இருப்பாங்க. சரிவா...... நாம்ம கீழப் போலாம். ரூமோட கதவ தெறந்த ரெண்டு இருக்கும் ஒரே ஷாக். ஏன்னா, எல்லாரும் அந்த ரூம் முன்னாடிதான் நின்னுட்டு இருந்தாங்க.

அத பாத்த கௌதம், ஆமா... இங்க ஏன் நிக்கிறீங்க?!..... எண்-ணச்சுன்னு தயக்கத்தோட கேக்க. அதுக்கு கௌதம் அப்பா பொண்ணும் மாப்பளையும் வந்தாதானப்பா நிச்சயதார்த்தம் பண்ணமுடியும்........

கௌதம், ஓஓ.... ஓகே பா... நான் தான் லேட் ஆக்கிடேன். சாரி......... அப்ப... அனின்யா அம்மா, இதுல என்ன மாப்ள; இது உங்க வீடு, உங்க இஷ்டம்தா. எல்லாரும் சிரிச்சுகிட்டே கீழ நிச்சயம் நடக்-குற இடத்துக்கு போனாங்க. நிச்சயம் ரெம்ப சூப்பரா பெருசா நடக்குது. அனின்யா வீட்டு ஹால்ல நடந்துச்சு. அனின்யா ஃப்ரெண்ட்ஸ், கௌதம் ஃப்ரெண்ட்ஸ் எல்லாரும் அங்கதா இருந்தாங்க. கௌதம லவ் பண்ண பொண்ணுங்களா வந்துருந்தாங்க.

அந்த பொண்ணுங்களா கௌதம சுத்தி இருக்க.... அத பாத்த அனின்யா, கௌதம பாத்துகிட்டே இருந்தா. அத பாத்த கௌதம்..., என்னனு கண்ணாலே கேக்க.... அனின்யா எது இல்லனு தலைய ஆட்-டுனா. உடனே.... கௌதம் பேசிட்டு இருந்தத நிறுத்திட்டு, அனின்யா பக்கத்துல வந்தான். என்ன டி...... முகத்துல சிரிப்பு மாறுதுனு கௌதம் கேக்க, அனின்யா அதெல்லா ஒன்னு இல்லயேனு சமாளிக்கிறா.

சமாளிக்காத நான் பாத்தேன். அப்டில எதும் இல்ல. எதவச்சு நான் கோவமா இருகேன்னு சொல்றீங்க...... அதுவா மேடம்...... என் பக்கத்-துல பொண்ணுங்க வந்து பேசுனத பாத்துதான் காண்டாகுறீங்க....

இல்லைனா இதுவர நல்ல இருந்த ஃபேஸ் (முகம்) அவங்களா..... என்கிட்ட வந்து பேசுனதுக்கு அப்ரம் ஏன் ஃபேஸ் கோவமா மாறுது. அவங்க உங்ககிட்ட வந்து பேசுனா.... நான் ஏன் கோவப்பட போறேன். அதுமில்லமா என் ஃபேஸ்க்கு என்ன?!! எப்பயும் போல நல்லதான இருக்கு..... அப்டியா...... இல்லயே........ எது........ நானு பாத்துட்டு-தான் இருக்கேன்..... அந்த டைம்ல....,

டேய் கௌதம்.... 'இங்க வா' னு அவன் ஃப்ரெண்ட் கூட. அனின்-யாக்கிட்ட சொல்லிட்டு, அங்கிருந்து போயிட்டான். கௌதம் அவன் ஃப்ரெண்ட்ஸ் கூடயும் அனின்யா அவ ஃப்ரெண்ட்ஸ் கூடயும் பேசிட்டு இருந்தாங்க.

கௌதம்கிட்ட ஒரு பொண்ணு ரெம்ப ஓவரா பேசிட்டு இருந்தா. அவனே எப்டி தப்பிகிறதுனு தெரியாம முழிச்சிட்டு இருந்தான். அந்த டைம்ல அனின்யாவும் அவன பார்க்க கௌதம் அனின்யாவ வெறுப்பேத்த ஆரம்பிச்சான். அனின்யா, கௌதம பாக்கும் போதுல அந்த பொண்-

ணுக்கிட்ட நல்ல பேசுற மாதிரி நடிச்சான். ரெம்ப கோவமான அநின்யா அங்க இருந்து வீட்ட விட்டு வெளிய போனா....

அப்ப நைட் (இரவு 8 மணி) ஆகிருந்துச்சு.

அத பாத்த கௌதம் சமாதானப்படுத்த அநின்யா பின்னாடியே போனா.... அநின்யா கையப் பிடிச்ச கௌதம், ஏய்..... நான் சும்மா உன்ன வெறுப்பேத்துனே.... அதுக்கு ஏன் இவ்ளோ கோவம். நான் தான் உங்கூட விளாட முடியும். நான் விளாடாம யாரு விளாட போறா..... இல்ல டா.... நீ சும்மாதா பண்றனு எனக்கு தெரியுது. ஆனா...... அத என்னால பாத்துட்டு சும்மா இருக்க முடில.

அநின்யா இப்டி சொல்லிட்டு இருக்கும்போதே அலற மாதிரி போக..... கௌதம், அநின்யாவ ஹக் பண்ணிக்கிட்டே. "சரி டி..... சரி டி..... இனிமே உனக்கு ரெம்ப கோவம் வர்ற மாதிரி பண்ண மாட்டேன். ஓகே வா....." அநின்யாவும் "ஓகே"னு சொல்லி சம்மாதானமாகுரா.

கௌதம், அநின்யாவ பாத்து சிரிச்சுகிட்டே நெத்தில கிஸ் பண்ண... அத அங்க இருந்த எல்லாரும் ஃபேமிலியா மாடில இருந்து பாத்து ஹாப்பியா கத்துறாங்க........ அத கேட்ட ரெண்டு பேரும் திரும்பி பாக்க.... அவங்க எல்லாரும் ஒளிஞ்சுகிட்டாங்க.

அங்க யாரும் இல்லாததால.... சரினு கொஞ்ச நேரம் எந்த டிஸ்ட-பன்ஸ் (தொந்தரவும்) இல்லாம பேசலானு, வெளியவே நல்ல பசுமை-யான இடத்தில உட்காந்தாங்க. அநின்யாவ கௌதம்....., அவன் மார்புல சாயவச்சான். அவள பின் பக்கமா ஹக் பண்ணிக்கிட்டான்.

அநின்மா....... ம்ம்...... உனக்கு நான் எப்டி இருந்தா பிடிக்-கும்?!!..... ஏன் கௌதம் கேக்க,...... இல்ல உனக்கு ஏத்த மாதிரி என்ன மாத்திபேன்ல அதா.....

கௌதம், நீ... நீயா.... இருந்தாலே போதும். நீ நான் எதிர்ப்பாத்த மாதிரி இல்லாம இருந்தாலும்.... எனக்கு உன்ன ரெம்ப பிடிக்கும் டா....... ஏன்னா...... நீ என்னோட லக்கி லைஃப் பேர்சன்(அதிஸ்டமான வாழ்க்கை நபர்). உனக்கு எப்டி என்னோட சந்தோஷம் முக்கியமோ... எனக்கும் உன்னோட சந்தோஷம் முக்கியம்.

ஹேய்..... சரி நான் ஒன்னு கேக்கவா.... கேளு கௌதம்..... நாம்ம ரெண்டு பேரும்........

என்ன?!!!!..... உள்ள.... சாப்ட போலாமா?!!...... நானே கேக்கணு நெனைச்சேன். நீயே கேட்டுட்ட. வா.... போலாமே....

"என்னவளே...
நீ எந்தன் வாழ்வே.....
உந்தன் நினைவே...
உன்னைக் காண வைத்ததடி.......
என்னவனே●●●●●●
உன்னைக் கண்ட பின்னே●●●
என் நிலையின் விடை அறிந்தேன்●●●●●
எனை மண முடித்து.......
என்னை புதுமையாக்க வந்தவளே.......
உன்னோட வாழவே காத்திருந்தேனடி........
என்னவனைக் கண்ணுள் வைத்து●●●●●
காக்கவே●●●●●●
இத்தனை நாட்கள் தவம் புரிந்தேனடா●●●●●"

ரெண்டு பேரும் கையப் பிடிச்சுகிட்டே, ஒருத்தர ஒருத்தர் மாத்தி மாத்தி பாத்துக்கிட்டே நடந்து உள்ள போனாங்க. உள்ள எல்லாரும் நார்மல்லா எதும் தெரியாத மாதிரி நடந்துகிட்டாங்க. அனின்யா, கெளதம் ரெண்டு பேரும் வீட்டுக்குள்ள வந்தது..... அனின்யா அம்மா ரெண்டு பேரையும் சாப்ட கூப்டாங்க.

ஒரு சிலர் மட்டும் எல்லாருக்கும் சாப்பாடு பரிமாறுனாங்க. எல்லா-ருக்கும் வாழ இலை சாப்பாடு பரிமாறப்பட்டுச்சு. எல்லாரும் பொண்ணு மாப்ளை சாப்பாடு ஊட்டி விட்டுக்க சொன்னாங்க. கெளதமும் அனின்-யாவும் மாத்தி மாத்தி சந்தோஷமா ஊட்டிவிட்டுக்கிட்டாங்க. அன்னிக்கி நைட் அங்கேயே தங்க சொல்லிட்டாங்க. அதுனால கெளதம் ஃபேமிலில்ல அப்பா, அம்மா அப்ரம் கெளதம் ஃப்ரென்ட்ஸ் சிலர் மட்டும் அனின்யா வீட்ல தங்குனாங்க.

அனின்யா வீட்டுசைட்ல அனின்யா அம்மா, அப்பா அப்ரம் அனின்யா ஃப்ரென்ட்ஸ் 5 பேரும் இருந்தாங்க. நைட் 11 மணிக்கு கெளதம் அனின்யாவ கிட்செனுக்கு (சமையலறைக்கு) கூட்டிட்டு வந்தான். அத அனின்யா ஃப்ரென்ட்ஸ் பாத்துட்டு அவங்க பின்னாடியே போனாங்க. .

கெளதம் கிட்சென்ல அனின்யாக்கு ஐஸ்கிரீம் ஊட்டிட்டு இருந்தான். அத பாத்த அனின்யா ஃப்ரென்ட்ஸ் கெளதம்கிட்ட நெறய இன்டரெஸ்ட்-டான (சுவாரசியமான) விசயம்லா இருக்கே...... ரெம்ப ரொமான்டிக் பாய்யா (அன்பான பையனா) இருக்கான்ல. இப்டி அவங்களுக்குள்-

ளேயே ரசியமா பேசிட்டு இருந்தாங்க.

சரி வாங்க..... அவங்க தனியா பேசிகட்டும். நாம ரூமுக்கு போலானு அங்க இருந்து போயிட்டாங்க. ஆனா, ஆல்ரெடி (ஏற்கனவே) அங்க கௌதம் ஃப்ரெண்ட்ஸ் ஒளிஞ்சிக்கிட்டு தான் இருந்தாங்க. அனின்யா ஃப்ரெண்ட்ஸ் வந்துட்டு போனதையும், அவங்க பேசியதையும், கௌதம் ஃப்ரெண்ட்ஸ் பார்த்துட்டு தான் இருந்தாங்க.

இது எதுவுமே தெரியாத அனின்யா உனக்கு எப்படி ஐஸ்கிரீம் கிடைச்சதுனு கேட்டா.....

உனக்கு ஐஸ்கிரீம் பிடிக்கும்னு உங்க அம்மாதா சொன்னாங்க. அதா என்னோட ஃப்ரெண்ட்ஸ்ச வாங்கிட்டு வர சொன்னேன். அவங்கள ஏன் டிஸ்டர்ப் (தொந்தரவு) பண்ண... அப்படின்னு அனின்யா கேட்டா. இதுல என்ன இருக்குபா.....

இல்ல..... இந்த நைட் டைம்ல ஐஸ்கிரீம் கிடைக்கிறது கஷ்டம். அப்படியிருக்க நீ சொன்னேன்னு அங்க வாங்கிட்டு வந்துருக்காங்க இல்-லையா..... ரொம்ப சூப்பர் பா.... அதைக்கேட்ட கௌதம் ஃப்ரெண்ட்ஸ் அவங்களுக்குள்ளே சந்தோஷமா சிரிச்சுக்கிட்டாங்க. ஆமா...... அவங்க எல்லாரும் தூங்க போயிட்டாங்கலா.... அப்படின்னு அனின்யா கேக்க...... அதுக்கு கௌதம் இல்லமா..... அங்க இங்க தான் இருக்காங்க அப்ப-டின்னு அவங்கள கை காட்டுனா.

அனின்யா ஐஸ்க்ரீம் சாப்பிடுரத நிறுத்திட்டு எங்கனு கேட்க..... கௌதம் ஃப்ரெண்ட்ஸ் ஒளிஞ்சுருந்த இடத்த விட்டு வெளிய வந்தாங்க. கௌதம் ஃப்ரெண்ட்ஸ் அனின்யாக்கிட்ட பேச ஆரம்பிச்சாங்க. இல்லங்க நீங்க கௌதம்க்கிட்ட நல்லா பேசுவீங்கனு சொன்னா. நீங்க பேசுறத நாங்க பார்த்தது இல்லையா அதா பாக்கலாமேன்னு.....

இப்படி நடந்துகிடுக்கு சாரி.... தப்பா எடுத்துக்காதீங்க...... இல்ல பரவால்ல நான் தப்பா எடுத்துக்கல, அப்டின்னு அனின்யா சிரிச்சுகிட்டே சொன்னா.

நீங்களாவது ஐஸ்கிரீம் வாங்கிட்டு வந்ததுக்கு பாராட்டுரீங்க. கௌதம்லா ம்ம்ம்... சரிடா..... மச்சான் பாய்..... சொல்லிட்டு போயிரு-வான்.

இது மட்டும் இல்ல சிஸ்டர்...... ரெம்ப வாலுதனம்..... சேட்ட ரெம்ப பண்ணுவான். அவன் கால் பண்ணி நாங்க வரலனு சொன்னாலோ....... சீக்ரம் வரலனாலோ...... அவ்ளோதான்...... நாங்க வற்றதுக்குல ஏதாச்-

சும் யார்கிட்டனாலும் வம்பு இழுத்துருவான்.

அதுக்காகவே எப்ப அவன் கூப்டாலும் சீக்ரம் போயிடுவோம். எது மட்டும் இல்ல நெறய பண்ணிர்க்கான்.... இப்டி ஒன்னு ஒன்னா சொல்லிட்டு இருந்தாங்க. எல்லாத்தையும் கேட்டு அநின்யா சிரிச்சுகிட்டே இருந்தா....

ஒரு கட்டத்துக்கு மேல கௌதமே வெக்கப்பட ஆரமிச்சுட்டான். அதுனால, அங்க இருந்து எல்லா ஃப்ரெண்ட்ஸ்சையும் போக வைக்க நெனச்சான். அதே மாதிரி எல்லாரையும் தூங்க போக சொல்லிட்டான். அப்ப டைம் 11.30 ஆச்சு.

ஆனா, அநின்யா மட்டும் சிரிப்ப நிறுத்தவே இல்ல..... கௌதம் கூச்சப்பட்டுகிட்டே....... அநின்மா....... அநின்மானு....... கூட.... அநின்யாவும் சிரிப்ப கன்ட்ரோல் பண்ண (கட்டுப்படுத்த) முயற்சி பண்ணுனா. கௌதம், ஏன் டி....... ஐ..... கேக்க அநின்யா மறுபடியும் சிரிக்க ஆரமிச்சுட்டா.......

ஓகே... ஓகே.. கௌதம் சிரிக்கல. என்ன நான் ரெம்ப மொக்க.... காமெடி பீஸ்னு நெனச்சுகிட்டியா. இல்ல கௌதம் நீ ரெம்ப போரிங்ன்னு முதல பாக்கும் போது நெனச்சேன். ஆனா..., காமெடி, லவ்லா சூப்பர்ரா பண்ற. உங்கிட்ட நெறய இன்டரெஸ்டிங்கா இருக்கும் போலயே. ரெம்ப நேரம் பேசிட்டு இருந்ததுல நைட் லேட் ஆகிருச்சு. அநின்யாவும் தூக்க காலக்கத்துல இருக்க.....

கௌதம் அநின்யாவ தூக்கிக்கிட்டு அவ ரூம்ல போயி விட்டுட்டு வந்தான். குட் நைட் சொல்லிட்டு அவன் ரூமுக்கு போயிட்டான். நைட் நடந்த எல்லாத்தையும் நெனச்சு பாத்துட்டே கௌதமும் தூங்கிடான். அடுத்த நாள் காலைல கௌதம் லேட்டா எந்துச்சுட்டான். மார்னிங் காஃபியும் கெடச்சது.

ஃப்ரெஷ் அப் (சோர்வு நீங்கி) ஆகிட்டு கீழ வந்தான். கீழ அநின்யா மட்டுதா இருந்தா. மத்த யாருமே அங்க இல்ல. என்னமா.... எங்க எல்லாரும்ன்னு கௌதம் கேக்க.... எல்லாரும் கல்யாணத்துக்கு டிரஸ் (ஆடை) எடுக்க போயிருக்காங்க கௌதம். நீ வா... சாப்டலானு அநின்யா கௌதம கூப்டா. கௌதமும் அநின்யாவும் சேந்து சாப்லானு உட்காந்தாங்க.

கௌதம் அநின்யாக்கு ஊட்டிவிட்டுட்டு இருந்தான். எல்லாரும் டிரஸ் எடுத்துட்டு வந்தாங்க. கௌதம் அநின்யாக்கு ஊட்டிவிட்டுட்டு இருந்தத

அநின்யா அம்மா பாத்துட்டு சந்தோஷமா சிரிச்சுகிட்டே வீட்டுக்குள்ள போனாங்க. கௌதம் எல்லாரும் வர்றத பாத்துட்டு சீக்ரமா சாப்பாடு முழுக்க ஊட்டிவிட்டுட்டான். அநின்யா அம்மா மட்டுதா

கௌதம் ஊட்டிவிடுரத பாத்துருப்பாங்க. இன்னும் ஒரு வாரத்துல கல்யாணம் எல்லா ஏற்பாடும் நடந்துட்டு இருந்துச்சு..... இன்னும் ஒரு வாரம் கழிச்சு கண்டிப்பா கல்யாணமும் நடக்கும். கௌதம் சேத்துவச்சி-ருந்த எல்லா ஆசையையும் அநின்யாவுக்காகவே பண்ணுவான். அநின்-யாவும் கௌதமுக்காக அவனுக்கு பிடிச்சத செய்வா. இப்டியே ரெண்டு பேரு வாழ்க்கை முழுக்க ஹாப்பியா கடைசி வாழ்வாங்க!!!.

இதோட கதை முடிந்தது..........

நன்றி!!!!

வணக்கம்.....

இது எனது முதல் கதை. இனி தொடர்ந்து கதைகள் வரும். அனைத்திலும் காதல் கலந்த கதைகள். Instram id: desire_luv_writer.